விநயம்

கார்த்தி சௌந்தர்

எல்லா புகழும்

இறைவன் ஒருவனுக்கே!!

பொருளடக்கம்

நன்றி

இதுவரை நடத்தி
குறைவின்றி காத்து
மகிழ்வை தந்த இறைவனுக்கும்
பெற்றவர்களுக்கு
மற்ற நல்ல உள்ளங்களுக்கும்
நன்றிகள் பல...

அன்புடன் கார்த்தி சௌந்தர்

முகவுரை

வணக்கம் நட்புக்களே..உங்கள் அனைவரையும் மீண்டும் ஓர் கதையின் மூலம் சந்திப்பதில் மகிழ்ச்சி.

காதல் இல்லாமல் எனது கதை இருக்காது என்பதால் காதலோடு கொஞ்சம் சமூக பொறுப்பும் சேர்த்து இந்த கதையில் வரும். இது என்னுடைய 13 வது புத்தகம். 2022 ஆம் ஆண்டில் ப்ரதிலிபி தளத்தில் நடந்த மறுபடியும்-2 போட்டிக்காக எழுதிய கதை.

சில நாட்களாக மனதில் உறுத்திக்கொண்டிருக்கும் ஒரு கரு தான் என்றாலும் வாசகர்கள் பார்வை வேறு படலாம். சமூகத்தின் பார்வை எப்படி இருக்கிறது என்பதை யோசிப்பதைவிடுத்து நம்மால் முடிந்தவரை சமூகத்தின் நல்லதொரு மாற்றத்திற்கு முயற்சி செய்வோம் என்று எழுதத்தொடங்கிய கதை தான் விநயம்.

1

விநயம்

1

அலங்காரங்களில் மின்னிக்கொண்டு அந்த இடத்திற்கும் அழகு சேர்த்து நின்றிருந்த உயரமான இரண்டு மாடி கொண்ட கல்யாண மண்டபம் முன்னே, மணமக்கள் கிளம்புவதற்கென்று தயாராக வந்து நின்றது அலங்கரிக்கப்பட்ட கார் ஒன்று. கிட்டத்தட்ட பத்து மணிக்கு மேல் ஆகிவிட, மண்டபத்தில் நெருக்கமான சொந்தபந்தங்கள் தவிர வேறு யாருமில்லை. அப்படியே இருந்த நட்புகள் சொந்தங்கள் கூட சந்தோசமுகத்துடன் கிளம்பிக்கொண்டிருந்தனர். காலையில் கல்யாணம் முடிந்திருக்க, இப்போது வரவேற்பு நடந்து முடிந்து, மணமக்கள் இருவரும் வீட்டிற்கு கிளம்ப தயாராகிக்கொண்டிருந்தனர் சுற்றம் சூழ.அலங்கரிக்கப்பட்ட காரினை எடுத்துவந்து மண்டபத்தின் முன்பு நிறுத்திய எழிலன் மண்டபத்தின் உள்ளே செல்ல, அங்கே கிளம்புவதற்கு எல்லோரும் ஆயத்தமாக இருந்தனர். பரிசுப்பொருட்கள் மற்ற சாமான்கள் எல்லாம் முன்னேயே சென்றிருக்க, மணமக்கள் அருணும் நித்யாவும் கிளம்புவதற்கு தயாராக இருந்தனர். கூட்டத்தில் தன் மனைவி காவ்யாவைத் தேட, தனது அன்னை வளர்மதியின் அருகே மகன் ஆதர்ஷை மடியில் சேர்த்து அணைத்தபடி உறங்கவைத்திருந்தாள்.

"தூங்கிட்டானா..." என்று ஆதரவாக குழந்தையின் தலையை வருடிவிட,

''அருணையும் நித்யாவையும் சீக்கிரம் கூட்டிட்டு போங்க...அங்க அத்தை எல்லாம் ரெடி பண்ணணும்ல...'' என்றாள் காவ்யா.

''போலாம்...நீயும் என்கூட வந்துடு...மத்தவங்க பெரிய கார்ல வரட்டும்...'' என்று தன் அன்னையின் புறம் திரும்பியவன்,

''ம்மா...நான் காவ்யாவை கூட்டிட்டு போறேன்...நீங்க அந்த கார்ல வாரீங்களா இல்ல மறுபடியும் வரணுமா....வேன் வேற நிக்குது...'' என்றான்.

அவன் அன்னை பெரியவர்களுடன் வருவதாக சொல்ல, சரி என்று அருணையும் நித்யாவையும் அழைத்துவர, இருவரும் மாலையும் கழுத்துமாக வந்து காரில் ஏறினார்கள். காவ்யா எழிலனுடன் முன்னே ஏறிக்கொள்ள,

''அந்த மாலைய தான் கழட்டேன்டா...அதுவேற வெயிட்...'' என்றான் எழிலன் தன் சித்தி மகனான அருணைப் பார்த்து.

''இல்ல கொழுந்தனாரே...எடுக்காதீங்க...வீட்டுக்கு மாலையும் கழுத்துமா தான் போகணும்...ஆரத்தி எடுப்பாங்க...அவரு சும்மா சொல்வாரு...பேசாம வண்டிய எடுங்க...இவ்ளோ நேரம் இருந்த மாலை இன்னொரு பதினஞ்சு நிமிஷம் இருக்காதோ...'' என்று காவ்யா சொல்ல,

''சரி ஓகே...'' என்று ஏறிக்கொண்டு அருணின் தந்தையிடம், ''சித்தப்பா நாங்க முன்ன போறோம்...'' என்று கைகாட்டினான்.

''போங்கப்பா...உங்க சித்தி முன்னமே போய்ட்டா....ஆரத்தி எடுக்க எல்லாம் ரெடியா இருக்கும்...'' என்று அனுப்பிவைத்து மண்டபத்தின் கணக்குகளை முடித்துக்கொண்டிருந்தார்.

எழிலனின் சித்தி மகனும் தனது உடன்பிறவா சகோதரனுமான அருணை அவனது மனைவியோடு வீட்டிற்கு அழைத்துச்செல்ல, பின்னே இருவரும் எதுவும் பேசிக்கொள்ளவில்லை.

''என்னடா எதுவும் பேசாம வர்றீங்க..'' என்றான் எழிலன்.

''நீங்க பேசாம முன்ன பாத்து வண்டிய ஓட்டுங்க...அவங்க பேசுவாங்க...'' என்றாள் காவ்யா.

''என்ன அண்ணி...அண்ணனை இந்த மிரட்டு மிரட்டுறீங்க...'' என்று அருண் சிரிக்க

''இதுக்கு தான் கல்யாணம் எல்லாம் பண்றதுக்கு முன்னாடி யோசிடான்னு சொன்னேன்...கேட்டியா..இப்போ நீயும் அந்த லிஸ்ட்

தான்...மரியாதை கூடிய சீக்கிரம் தேயும்...வாழ்த்துக்கள்...'' என்று எழிலன் சிரிக்க

''ஹ்ம்ம்...??'' என்று நித்யாவைப் பார்த்து அருண் கேட்க

''ம்கூம்...'' என்று அவசரமாக தலையை இடவலமாக ஆட்டினாள்.

''இப்போவே அதெல்லாம் நடக்காது...படிப்படியா தான அந்த முக்தி நிலைக்கு வருவீங்க கொழுந்தனாரே....'' என்று காவ்யா சிரிக்க, நித்யாவும் நமுட்டு சிரிப்பு சிரித்தாள்.

''சரி தான்...'' என்று அருண் சிரிக்க, எழிலன் காரின் மியூசிக் சிஸ்ட்டத்தை உயிர்ப்பித்தான். அது விண்ணைத்தாண்டி வருவாயா படத்தின் அன்பில் அவன் பாடலை மெல்லிய சத்தத்தில் ஆரம்பித்திருந்தது. *''அன்பில் அவன் சேர்த்த இதை மனிதரே வெறுக்காதீர்கள் ...''* என்று பாடல் பாட, இயல்பாக அருணின் கரம் நித்யாவின் கரத்தினை பற்ற, அவசரமாக அவனை திரும்பிப்பார்த்தாள்.

''situation சாங் எல்லாம் பலமா இருக்கு...'' என்று காவ்யா எழிலனை பார்க்க,

''எனக்கு தான் யாரும் பண்ணல...என் தம்பிக்காச்சும் நான் பண்ணுறேன்...'' என்று சிரித்தான்.

''பின்னாடி சத்தமே காணுமே...'' என்று கிசுகிசுத்தாள்.

''பேசாம வா...அவங்க என்ஜோய் பண்ணட்டும்...இதெல்லாம் வாழ்க்கைல ஒரு தரம் தான் நடக்கும்...'' என்று கண்சிமிட்டினான்.

''ஹ்ம்ம்..நடக்கட்டும் நடக்கட்டும்...'' என்று தலையை ஆட்டியவள் மடியில் தூங்கிக்கொண்டிருந்த மகனை மெதுவாக தடவி முத்தமிட்டாள்.

அடுத்த இரண்டு பாட்டுகள் கேட்டுமுடிக்க, வீடு வந்து சேர்ந்துவிட்டனர். வண்டி வீடு முன் வந்து நின்றதும் பின்னே திரும்பிய காவ்யா,

''நித்யா நீங்க ரெண்டு பேரும் உள்ளேயே இருங்க..அவங்க சொல்லும்போது இறங்குங்க...நான் தம்பிய படுக்கையில போட்டுட்டு வரேன்..'' என்று சொல்லி குழந்தையுடன் இறங்க, அங்கே வீட்டின் முன்னே ஆரத்தி எடுக்க ஆயத்தமாக இருந்தனர். காவ்யா உள்ளே சென்று குழந்தையை தாங்கள் தங்கியிருக்கும் அறையில் படுக்கவைத்தவள் நாத்தனார் முறையில் இருந்த ஒருவரை பார்த்துக்கொள்ளச் சொல்லிவிட்டு வெளியே வர, அதற்குள் மணமக்கள் இருவரும் வந்துவிட்டனர்.

அவர்கள் வந்து சேர்ந்த சிறிது நேரத்தில் மண்டபத்தில் மீதம் இருந்தவர்களும் வந்துவிட, வீடே நிறைந்திருந்தது. காவ்யா தான் மூத்த மருமகளாக குடும்பத்தில் எல்லாவற்றையும் செய்தாள். அருணை அவனது அறைக்கு அனுப்பாமல் கீழே இருந்த அறையிலேயே தயாராகச்சொல்லி மேலே அனுப்ப, காவ்யா நித்யாவை தயார்படுத்தினாள். இன்றே அவர்களுக்கு முதலிரவும் ஏற்பாடு செய்திருக்க, சற்றே அலைச்சல் தான் இருவருக்குமே. எழிலன் கூட, முந்தைய நாள் மாலையில் வரவேற்பு வைத்து அடுத்த நாள் காலை திருமணம் என்று வைத்திக்கொண்டால், மணமக்களுக்கு ஓய்வு கிடைக்கும் என்று சொல்லிப்பார்த்தான்.ஆனால், நேரம் காலம் என்று பெரியவர்கள் ஒவ்வொன்றும் சொல்ல, இப்படி பத்து மணிக்குமேல் தான் வீட்டிற்குள் நுழைந்தனர். இனி மறுபடியும் அவர்கள் இருவரும் தயாராகி அவர்கள் வாழ்க்கையை தொடங்க வேண்டும் என்றால் இன்னும் அலுப்பு தான்.

அருண் தயாராகி மேலே சென்றுவிட, காவ்யாவும் இன்னும் சில பெண்களும் சேர்ந்து நித்யாவை அலங்கரித்து அவளை அருணின் அறையில் விடும்போது மணி 11:45. அதன் பின் ஓய்ந்து போய் அவள் தங்களுக்கு ஒதுக்கப்பட்டிருந்த அறைக்குள் நுழைய, எழிலன் ஆதர்ஷின் அருகே அமர்ந்தபடி தலையை கட்டிலில் சாய்த்து தூங்கிக்கொண்டிருந்தான். உடையைக்கூட மாற்றாமல் அமர்ந்தபடி தூங்குபவனைப் பார்க்க பாவமாக இருந்தது. அவனுக்கு தான் குடும்பத்தின் மூத்த மகன் என்று அத்தனை வேலை இருந்தது.

முப்பது வயதில் இருக்கும் எழிலன் மதுரையில் ஒரு கல்லூரியில் விரிவுரையாளராக இருக்கிறான். தனது இருபத்தியேழாவது வயதில் இருக்கும் காவ்யா வங்கி ஒன்றில் பணிபுரிகிறாள்.எழிலனுக்கு இருபத்தியாறு வயதில் ஆதித்யா என்ற தம்பி இருக்கிறான். எழிலனின் குடும்பம் மதுரையில் வசிக்கிறது. அவனது சித்தி மகன் அருணுக்கும் ஒரு தம்பி இருக்கிறான். அருணின் தம்பி சூர்யாவிற்கு வயது இருபத்திமூன்று. எழிலனின் தம்பி ஆதித்தியா சென்னையிலும் இருபத்தியேழு வயதான அருண் பெங்களூரிலும் பன்னாட்டு நிறுவனத்தில் வேலை பார்க்கிறார்கள். சூர்யா இப்போது தான் கல்லூரி முடித்து வேலைக்கு சேர்ந்துள்ளான். எழிலனின் தந்தை ராஜேஷும் அருணின் தந்தை சுரேஷும் கூடப்பிறந்தவர்கள். இரண்டு வீட்டிலும்

பெண் வாரிசு இல்லை என்பதால் காவ்யா மேல் இரண்டு குடும்பத்திலும் தனிப்பிரியமே.

அறைக்குள் நுழைந்தவள், மெதுவாக வந்து கணவனைத்தொட,

"வந்துட்டியா..." என்று முகத்தை துடைத்து சரியாக நிமிர்ந்து அமர்ந்தவன்,

"செம்ம வேலை காவ்யா....படுத்தா ரெண்டு நாள் கழிச்சு தான் எந்திரிப்பேன்..." என்கவும் அயர்வாக சிரித்தவள்,

"டிரஸ் மாத்திட்டு தூங்குங்க..." என்று அவனிடம் இலகுவான உடையை எடுத்து கொடுக்க,

"தம்பி பால் குடிச்சானா?" என்றான் மகனைப் பார்த்தபடி.

"இல்லங்க...வாழைப்பழம் கொடுத்தேன்...அப்புறம் பால் கேக்கல...நைட் எந்திரிச்சா கொடுத்துக்கிறேன்..." என்றவள், நகைகளை எல்லாம் கழட்ட, பின்னலில் திருமண வரவேற்பிற்கென்று அதிகமாக பூவைத்திருந்தாள். அவளைப்பார்த்த படியே ஆடையை மாற்றியவன்,

"அழகா இருக்குறடி....ஆனா எனக்கு தான் கொடுத்து வைக்கல..." என்று அவளை பின்னே இருந்து அணைத்தான்.

"ஆமா கிணத்து தண்ணிய வெள்ளமா வந்து அடிச்சுட்டு போகுது...விடுங்க..." என்று விலகிக்கொண்டு நகைகளை எல்லாம் எடுத்துவைக்க, காதில் கல் வைத்த ஜிமிக்கியும் கழுத்தில் தாளிச் சரடும் மட்டும் இருந்தது.

"இப்டி எல்லாம் அலங்கரிச்சுட்டு என்னைக்குடி என்கிட்ட வர்ற...எப்போப்பாரு ஒரு அழுக்கு புடிச்ச நயிட்டி....இல்லனா சுடிதார்...இப்டி கண்ணுக்கு குளிர்ச்சியா புடவை கட்டி பூ வச்சு...ம்ம்ம்ம்...." என்று இழுத்து மூச்சுவிட

"உங்களுக்கு மனசாட்சி இல்லையா..." என்றாள்.

"என்னமோ தெர்ல...புடவை கெட்டுனாலே நீ ஒரு மார்க்கமா தான் இருக்குற..." என்றவனை முறைத்தவள்,

"புடவை கெட்டுனாலே நீங்க ஒரு மார்க்கமா பாக்குறீங்க...அது தான் உண்மை..." என்று அவனை அடித்துவிட்டு மகனின் அருகே சென்று அமர்ந்தவள், நெஞ்சை தடவினாள்.

"என்னாச்சு காவ்யா..."

''நெஞ்சு வலிக்குதுப்பா...சாரீ பின்ன எக்கி கழட்ட முடியல...'' என்று கையை மேலே தூக்கி ஒரு அளவிற்கு மேல் தூக்கும்போது முகத்தை சுருக்கினாள்.

''தம்பிக்கு பால் கொடுத்தியா இல்லையா...'' என்று வந்து அவளுக்கு உதவிசெய்ய

''மதியம் கொடுத்தேன்...அப்புறம் மண்டபத்துக்கு போனதுக்கு அப்புறம் அவன் குடிக்கலையே....அத்தைகிட்டயே இருந்துட்டான்...அவங்க பிஸ்கட் கொடுத்துட்டாங்க...நைட் வாழைப்பழம் சாப்பிட்டுட்டான்...அப்புறம் எங்க என்கிட்ட....வரவர என்கிட்ட சரியாவே பால் குடிக்க மாட்டேங்குறான்...'' என்று ஒன்பது மாதங்களான மகனைப் பார்த்தாள்.

''சரி விடு...'' என்று புடவையின் பின்னை கழட்டிவிட, பால் கட்டி அவளுக்கு நெஞ்செல்லாம் வலிக்க ஆரம்பித்திருந்தது.

''ப்ச்...'' என்று எரிச்சலோடு வலியை பொறுத்தவள், மார்பினை அழுத்த அவளால் முடியவில்லை. வலியில் கண்கள் கலங்கியது. எழிலனுக்கு முதுகு காட்டி அமர்ந்திருந்தவள் வலியில் கொடுத்த சத்தத்தில், அலைபேசியில் இருந்து பார்வையை திருப்பியவன்

''ஏண்டி...'' என்றான் கவலையாக.

''வலிக்குதுங்க...எடுக்க முடியல...மதியம் இருந்து பால் கொடுக்கல...அதுலயே ப்ளௌஸ் வேற போட்டுட்டு இவ்ளோ நேரம் இருந்தது...'' என்று முகம் சுழிக்க,

''சரி திரும்பு....'' என்று உதவி செய்தான் தன் மனைவிக்கு.

2

நெஞ்சு வலி சற்றே குறைந்தபின் காவ்யா சற்று நிமிர்ந்து அமர,

''எவ்ளோ பால் வேஸ்ட் பண்றடி....என் பையனுக்கு இல்லாம...'' என்றான்.

''பாவி மனுஷா...கண்ணு போடாதீங்க...உங்க கண்ணு பட்டு தான் என் புள்ள சரியா பால் குடிக்கமாட்டேங்குறான் இப்போல்லாம்...டாக்டர்கிட்ட காட்டணும்...'' என்று குழந்தையின் முகத்தை வழித்து த்ரிஷ்டி கழிக்க,

''அவனுக்கு ஒன்பது மாசம் ஆச்சு...இன்னும் ஏன் பால் கொடுக்குற... போதும் நிப்பாட்டுன்னா கேக்குறது கிடையாது....'' என்றான்.

"தாய்ப்பால் ஒன்னு தான் கலப்படம் இல்லாதது...அதப்போய் நிறுத்த சொல்றீங்க...எவ்ளோ நாளைக்கு வரும்...மிஞ்சிப்போனா ஒரு வயசு வரை குடிப்பானா?...அதுக்கே இந்த ஆர்ப்பாட்டம்...ஏதோ ஒரு நாள் கல்யாணம்னு அலைச்சல்...அதனால இப்டி ஆகிப்போச்சு...அதுக்குன்னு..." என்று அவள் இழுக்க

"எனக்காச்சும் கொடுக்கலாம்ல..." என்றவனை கன்னத்தில் அறைந்து வைத்தாள்.

"கீழ வீணாப் போறத தான கேக்குறேன்..." என்றவன் தலையில் கொட்டியவள்,

"பேசாம படுங்க..." என்றாள்.

"இருந்த தூக்கமே போச்சுடி..." என்று அவளை சுரண்ட,

"கொன்றுவேன்..." என்று மிரட்டினாள்.

"ப்ளீஸ் காவ்யா...லைட்டா...டிச்சிங் டிச்சிங் பண்ணிக்குவோமா..."

"இன்னொரு குழந்தை பெத்துக்கவா...டீல் ஓகேன்னா எனக்கும் ஓகே..." என்றாள்.

"தேவையில்ல...போடி..." என்று திரும்பி படுத்துக்கொண்டான்.

"ஆதர்ஷ் தனியா இருப்பான்...உங்களுக்கு ஏன் புரிய மாட்டேங்குது..."

"அதெல்லாம் அவனுக்கு தம்பியோ தங்கையோ அருண் ரெடி பண்ணுவான்...அடுத்து லைன்ல ஆதித்யா இருக்கான்..."

"எனக்கு இன்னொரு குழந்தை வேணும்..."

"எனக்கு வேண்டாம்...ஒன்னு போதும்..."

"ப்ளீஸ்ப்பா...எதுக்கு உங்களுக்கு இவ்ளோ பிடிவாதம்...இப்போதான் அவனுக்கு 9 மாசம் ஆச்சே....சீக்கிரம் அடுத்த குழந்தை பெத்துக்கிட்ட ஒன்னா வளந்துரும்ல..."

"ஒன்னு போதும் காவ்யா...வேண்டாம்னா வேண்டாம்...இவனை ஒழுங்கா வளர்ப்போம்...அது போதும்..."

"அப்போ என்கிட்ட இனிமே வராதீங்க..."

"வர மாட்டேன்...போடி..." என்று திரும்பி படுத்துக்கொள்ள, அவனை அதிசயித்து பார்த்தாள் காவ்யா. இத்தனை நாட்களில் அவனின் பலவீனம் எல்லாம் அறிந்திருக்கிறாள் என்றாலும் இன்னமொரு குழந்தை என்று கேட்கும் நேரம் எல்லாம் அவனுக்கு எப்படி தான் கட்டுப்பாடுகளோடு இருக்க முடிகிறது என்றே

தெரியவில்லை. அத்தனை உறுதியாக இன்னொரு குழந்தை பெற்றுக்கொள்ள வேண்டாம் என்று நினைப்பவனிடம் எத்தனை தான் கெஞ்சுவது என்று பெருமூச்சுடன் குழந்தையை அணைத்தபடி தூங்கிப்போனாள்.

காலையில் எழுந்து குளித்துமுடித்து வெளியே வர, திருமண வீடு இன்னும் கலை இழக்காமல் சொந்தபந்தங்களோடு நிரம்பி தான் இருந்தது. காவ்யா எழுந்து வந்ததைப் பார்த்த வளர்மதி ,

''ஆதர்ஷ் எங்கம்மா...'' என்றார். அவர் அருகே ராஜேஷும் சுரேஷும் கூட அமர்ந்திருந்தனர். காவ்யாவின் வீட்டில் இருந்து கூட திருமணத்திற்கு அவளது அன்னை சுமதியும் தந்தை சுப்பிரமணியனும் தங்கை தீபாவும் வந்திருந்தனர். தீபா குளிக்க சென்றிருக்க, பெரியவர்கள் எல்லோரும் அமர்ந்திருந்தனர்.

''நாலு மணிக்கு தான் எந்திரிச்சான் அத்தை...பால் கொடுத்து தூங்க வச்சேன்...இன்னும் எந்திரிக்கல...அவர் பக்கத்துல தான் படுத்துருக்காரு...அழுதா கூப்டுவாரு...'' என்றவள், சமையலறைக்கு செல்ல, அங்கே எழிலனின் சித்தி சுஜாதா காபி கலக்குவதற்கு உறவுமுறை பெண்ணிடம் பேசிக்கொண்டிருந்தார்.

''என்ன அத்தை...காபி கலக்குவோமா...'' என்று உள்ளே செல்ல,

''எல்லாம் ஆச்சு காவ்யா...இந்த பசங்க ரெண்டு பேரும் எங்க போனானுங்க...'' என்று சூர்யாவையும் ஆதித்யாவையும் தேட,

''அவங்க பிரிஎண்ட்ஸ் கூட தங்குறேன்னு போனாங்க அத்தை...காலைல சீக்கிரம் வரச்சொன்னேன்...'' என்று இழுக்க, அதற்குள் வெளியே பைக் சத்தம் கேட்டது.

''வந்துட்டாங்க போல...எல்லோருக்கும் காபி கலக்குங்க...'' என்று வாசலைப் பார்க்க, தூங்கி எழுந்து அப்படியே வந்திருந்தனர் ஆதித்யாவும் சூர்யாவும்.

''என்ன சூர்யா...முகத்தைக்கூடவா கழுவிட்டு வரக்கூடாது...'' என்று காவ்யா சிரிக்க,

''முகத்தை கழுவுனா தூக்கம் போய்டும் அண்ணி...அண்ணா எந்திரிச்சாச்சா?'' என்றான் ஆதித்யா.

''இல்ல தம்பி...தூங்குறாங்க...'' என்றாள்.

''அப்போ சரி...நாங்க அங்கேயே போறோம்...'' என்று நுழைய,

"டேய் டேய்..காபியை குடிங்கடா...வேலை கிடக்குது...இன்னும் மறுவீடு விருந்தெல்லாம் இருக்கு..." என்று வளர்மதி இருவரையும் விரட்ட,

"அண்ணனே இன்னும் எந்திரிக்கல தான.." என்றான் சூர்யா.

"டேய் பெரியவனும் நீங்களும் ஒண்ணா டா...அவன் நேத்து பூராம் எவ்ளோ வேலை செஞ்சான்..." என்று சுஜாதா காபியை எடுத்து வர,

"அப்போ அருணையாச்சும் எழுப்புங்க..." என்று ஆதித்யா சிரிக்க, அவன் பின்னே வந்து முதுகில் வைத்துவிட்டு அமர்ந்தான் எழிலன்.

"ரொம்ப நக்கல் பண்ணிட்டு திரியாத...அடுத்து உனக்கு தான்..." என்று சொல்ல, எல்லோரும் சிரித்தனர்.

"நான் போலீஸ்ல கம்பளைண்ட் பண்ணிருவேன்...குழந்தைகள் திருமணம்னு ..." என்று இவர்கள் பேசிக்கொண்டிருக்க,

"அத்தை அருணுக்கும் நித்யாக்கும் மேல காபி கொடுத்துவிடவா..." என்றாள் காவ்யா.

"வேண்டாம் காவ்யா...அவன் எந்திரிச்சதும் போன் பண்ண சொல்லிருக்கேன்...அவன் போன் பண்ணட்டும்...அதுவரை யாரும் டிஸ்டர்ப் பண்ண வேண்டாம்..." என்றான் எழிலன்.

"ஆமா நடுராத்திரி பன்னெண்டு மணிக்கு கொண்டுபோய் விட்டு என்ன பண்ணுனானோ..." என்று ஆதித்தியா வாய்க்குள் முனங்க,

"பேசாம எந்திரிச்சு போய் ரெடி ஆகு எரும..." என்று அவர்கள் இருவரையும் அனுப்பிவைத்தான் எழிலன்.

ஒன்பது மணி போல கிட்டத்தட்ட காலை உணவை சமைத்து முடித்திருக்கும் நேரம் தான் அருண் எழிலனுக்கு அழைத்தான்.

"அண்ணா..." என்று இழுக்க,

"என்னடா இப்போதான் எந்திரிச்சியா..." என்று எழிலன் சகஜமாக பேச,

"இல்லண்ணா...அப்போவே எந்திரிச்சு குளிச்சாச்சு....அவ கீழ வர யோசிக்குறா..." என்று இழுக்க,

"தனியா எதுக்கு அனுப்புற....ரெண்டு பேரும் ரெடி ஆகி ஒன்னா வாங்கடா... தேவையானது எல்லாம் நேத்தே உன் ரூம்ல வச்சேனே...பெட்ல இருக்குற bedspread (படுக்கைவிரிப்பு) மட்டும் எடுத்து பக்கெட்ல ஊரவச்சுட்டு வாங்க...மாமா வந்து பாத்துக்குவாங்க...நீ உன் wife கூட்டிட்டு வா...கீழ எல்லாரையும் நான்

காலி பண்றேன்..." என்று அழைப்பை துண்டித்தவன், ஆளுக்கொரு வேலையாக கொடுத்து வெளியே அனுப்பிவிட, அருணும் நித்யாவும் கீழே வந்தபோது இளசுகள் எதுவும் இல்லை. எழிலன் ஆதர்ஷோடு விளையாடிக் கொண்டிருக்க, காவ்யா அவனுக்கு இட்லி ஊட்டிக்கொண்டிருந்தாள். பெரியவர்கள் மட்டுமிருக்க, இருவரும் பேசிவிட்டு டைனிங் டேபிளில் அமர்ந்தனர்.

"இதோ வரேன் கொழுந்தனாரே...ரெண்டு நிமிஷம்..." என்று காவ்யா பிள்ளைக்கு உணவு கொடுத்து முடித்துவிட்டு துப்பட்டாவை தூக்கிப்போட்டபடி ஓட,

"மெதுவா போடி.." என்றார் சுமதி.

"நேத்து புடவைல தெரியல...இன்னைக்கு சுடிதார்ல வயிறு தெரியுது பாருங்க அண்ணி...ஆதர்ஷ் பிறந்து கொஞ்சம் வெயிட் போட்டுட்டா..." என்று வளர்மதி சொல்ல,

"வயித்த கட்டுன்னு எத்தனை தடவ சொன்னேன் அண்ணி..என் பேச்ச எல்லாம் எங்க கேட்டா....இப்போ பாருங்க...வயிறு பெருசா தெரியுது..." என்று சுமதி திட்ட

"விடுங்கத்த...அதெல்லாம் தானா குறைஞ்சுரும்...." என்று எழிலன் ஆதர்ஷை அவர்களிடம் கொடுத்துவிட்டு மதிய விருந்திற்கு ஆகவேண்டிய காரியங்களை பார்க்கச் சென்றிருந்தான்.

அருணும் காவ்யாவும் ஒரே வயது என்பதால் அவனை மட்டும் கொழுந்தனாரே என்று தான் அழைப்பாள். சூர்யாவும் ஆதித்யாவும் குளித்து வர,

"வாங்க தம்பி...நீங்களும் உக்காருங்க..." என்று அவர்கள் வாங்கி வந்த பொருட்களை எடுத்து வைத்தவள் அவர்களுக்கும் பரிமாற, ஆதித்யா சும்மா இராமல்,

"என்னடா....எப்போ எந்திரிச்ச..." என்றான் அருணைப் பார்த்து. நித்யா முகம் கலவரமாக, அருண் எதையும் சட்டை செய்யாமல்,

"எப்போவும் போல தான்...என்ன புதுசா கேக்குற..." என்றான்.

"புதுசா கல்யாணம் பண்ணிருக்க...புதுசா அண்ணி வந்துருக்கு..." என்று ஆதித்யா ராகம் பாட

"அண்ணியா??...நான் உங்கள விட சின்ன பொண்ணு மாமா..." என்று நித்யா சொன்னதில்,

"மாமாவா..." என்றான் முகத்தை அஷ்டகோணலாக வைத்துக்கொண்டு. சத்தியமாக இந்த விழிப்பை அவன் எதிர்பார்க்கவில்லை என்பதால் அவன் முகம் சுருங்க, அருண் சத்தமாக சிரித்துவிட்டான்.

"நான் ஏதாச்சும் தப்பா சொல்லிட்டேனா..." என்று நித்யா அருணை பார்த்து முழிக்க,

"இல்ல இல்ல...அவன் உனக்கு மாமா தான்...கன்டினியூ(continue) பண்ணு..." என்று சிரித்துக்கொண்டே சொல்ல,

"மாமான்னு தான கூப்புடணும்...இல்ல நீங்க எல்லாம் அத்தான்னு கூப்பிடுவீங்களா..." என்று கேட்க ஆதித்யாவிற்கு புரை ஏறியது.

"எம்மா தாயே...நீ எப்படியும் கூப்பிடவேணாம்...நானே உன்ன அண்ணின்னு கூப்பிடுறேன்..." என்றான் அவசரமாக.

"என்ன தம்பி...அண்ணிய வா போ னு பேசுறீங்க..." என்று காவ்யா போல பேச, ஆனா குரல் காவ்யாவின் குரல் அல்ல என்று திரும்பி பார்க்க, காவ்யாவின் தங்கை தீபா நின்றிருந்தாள்.

"ஏ வாலு...மரியாதையா பேசு..." என்று காவ்யா அவள் தலையில் கொட்ட,

"என்னக்கா...அண்ணின்னு கூப்பிட்டா ஒழுங்கா மரியாதையா கூப்பிடனும்...அத விட்டுட்டு அம்மா தாயேன்னு சொல்லுறாரு...நித்யா அக்காக்கு நான் சப்போர்டுக்கு இருக்கேன்...மரியாதையா கூப்பிட சொல்லுங்க..." என்று அவனை ஏற இறங்க பார்க்க, ஆதித்தியாவும் அவளைத்தான் பார்த்தான். எழிலனின் திருமணம் நடக்கும்போது கல்லூரியின் இறுதி ஆண்டில் இருந்தவள், இப்போது முழு பெண்ணாக மாறியிருந்தாள். திருமண வீடு என்பதால் எப்போதும் அணிந்துகொள்ளும் சுடிதார் என்று இல்லாமல் லெஹெங்கா போல அணிந்திருந்தாள்.

"கெட்டப்ப மாத்துனாலும் கேரக்டர மாத்த மாட்டேங்குறாளே அண்ணி உங்க தங்கச்சி..." என்று காவ்யாவின் புறம் திரும்ப,

"என்ன சூர்யா...உன் நொண்ணனுக்கு வாய் நீளுது..." என்று தீபா சூர்யா அருகே அமர்ந்தபடி ஆதர்ஷுக்கு விளையாட்டு காட்ட,

"வாய மூடுடி...மரியாதையா பேசு...பெரியவங்க எல்லாருக்கும் இருக்குறாங்க..." என்றாள் காவ்யா.

''எதுக்கு அண்ணி பயப்படணும்...அவ சரியா தான பேசுறா....அதுவும் இவன பேசுறதுல தப்பே இல்ல...'' என்று அருண் சொல்ல

''அப்டி சொல்லுங்க அத்தான்...'' என்று அவனுக்கு எக்கி ஹைபை அடித்தாள்.

''வாயாடி...இது இருக்குற எடத்துல மனுஷன் இருக்க முடியுமா...'' என்று ஆதித்யா எழுந்துகொள்ள,

''தம்பி தம்பி...சாப்டுட்டு போங்க...அவ ஒரு ஆளுன்னு...'' என்று காவ்யா அவனை அமரச்சொல்ல,

''விடுக்கா...போகட்டும்...'' என்று முறைத்தாள் அவனை.

''தனியா சிக்காமலா போய்டுவ...அப்போ வச்சுக்கிறேன்...'' என்று எழுந்தவன் எவரும் கவனிக்கா வண்ணம் அவள் முடியை பிடித்து இழுத்துவிட்டு நகர்ந்துவிட்டான்.

''ஸ்ஸ் ஆ...'' என்று கோபமாக திரும்ப, அவளைப் பார்த்து நாக்கை துருத்திவிட்டு வெளியே சென்றுவிட்டான் ஆதித்யா. ஆதித்யாவிற்கும் தீபாவிற்கும் திருமணம் செய்யலாம் என்ற பேச்சு ஆரம்பித்ததில் இருந்து ஆதித்யாவின் பார்வை மாறியிருந்தது. தீபாவை கண்டாலே அண்ணியின் தங்கை என்று விலகிச்செல்பவன் இப்போதெல்லாம் அவளைப் பார்த்தால் வம்பலத்து செல்கிறான். கிட்டதட்ட முடிவாகிவிட்டாலும் வெளிப்படையாய் அவர்கள் இருவருக்கும் சொல்லப்படாமல் இருந்ததற்கு காரணம் அருண் தான். ஆதித்யா அருணை விட ஒரு வயது இளையவன் என்பதால் அருணுக்கு திருமணம் முடித்தபின்பே ஆதித்யாவின் திருமணம் என்று முடிவெடுத்திருந்தனர்.

காலை உணவினை இளசுகள் எல்லாம் முடித்திருக்க, அப்போது தான் எழிலன் உள்ளே வந்தான். அவனுக்கும் பரிமாறிவிட்டு அறைக்குள் நுழைந்தவள், அவசரமாக பட்டுப்புடவையை சுற்ற ஆரம்பித்திருந்தாள். விருந்து என்பதால் இன்றும் சொந்தங்கள் நட்புகள் என்று ஆட்கள் வந்த வண்ணம் இருப்பார்கள் என வளர்மதி சொல்ல, அறைக்குள் சென்றவளைத் தேடி எழிலன் வர,

''யாரு...'' என்றாள் அவசரமாக புடவையை சுற்றியபடி.

''நான்தாண்டி...கதவைத் திற...'' என்க கதவின் அருகே வந்தவள்,

''டிரஸ் பண்றேன் ப்பா...நீங்க மட்டும் தான நிக்குறீங்க...'' என்று கேட்டுவிட்டு கதவை திறக்க, அவன் உள்ளே நுழைந்ததும் தாழிட்டாள்.

''தம்பி என்ன பண்றான்...'' என்று உள்ளே நுழைந்தவனை கேட்டபடி புடவை மடிப்பை எடுக்க,

''என்கிட்ட கேக்குற...நான் இப்போ தான் மாடில இருந்து வர்றேன்...'' என்று சட்டையை கழட்டிவிட்டு குளியல் போடப்போக, உதட்டில் ஒரு ஊக்கினை பிடித்தபடி, புடவையை இடையில் சொருகுவதற்கு மடிப்பெடுக்க, அவளைப் பார்த்தவன்,

''குளிக்க போறேன்...கொஞ்சம் கருணை காட்ட முடியுமா...'' என்றான். அவள் அவன் குளிக்கப்போகிறான் என்ற நினைப்பில் புடவை கட்டுவதில் கவனமாக இருக்க,

''இன்னும் போகலையா நீங்க...'' என்று உதட்டில் இருந்த ஊக்கினை எடுத்து சேலையில் குத்தி நன்றாக கட்ட,

''ம்ம்ம்ம்ம்......சூப்பர்...'' என்று நெஞ்சை பிடித்துக்கொண்டு சொன்னான். அதில் சிரித்தவள், கண்ணாடி முன் நின்று புடவை மடிப்புகளை மாராப்பிலும் முந்தானையிலும் என்று சரி பார்க்க,

''ஒன்னே ஒன்னு...'' என்று அவளை நெருங்கியிருந்தான்.

3

காதலும் காமமும் கலந்து அருகே நெருங்கியவனை பார்த்தவள், சற்றும் சளைக்காமல்,

''எனக்கு குழந்தை வேணும்...ஓகே சொன்னா எனக்கும் ஓகே...'' என்றாள் மிதப்பாய்.

''எனக்கு குழந்தை வேணாம்...நீ தான் வேணும்...'' என்றபடி அவளை இறுக்கி அணைத்தான் கிரக்கமாய்.

''எனக்கு நீங்க வேண்டாம்...இன்னொரு குழந்தை தான் வேணும்...'' என்று அவன் நெஞ்சில் கைவைத்து தள்ள,

''இப்டி எல்லாம் விதவிதமா சேலை கட்டி மயக்குறது நீதானடி....அடுத்து இப்டி எல்லாம் எத்தனை நாள் கழிச்சு தரிசனம் கிடைக்குமோ....'' என்று அவள் தள்ளியதையும் மீறி அவளை அணைக்க,

''டைம் ஆகுது...வெளிய எல்லாரும்...'' என்று அவள் வாக்கியத்தை முடிப்பதற்குள்

"ஒருத்தரும் தேட மாட்டாங்க....கொஞ்ச நேரம்..." என்று அவன் ஆசையை தீர்த்துக்கொள்ள, அழகாய் பார்த்துப் பார்த்து கட்டிய புடவை கட்டிலின் கீழ் கேட்பாரற்று கிடந்தது.

இருவரும் ஒரு மணி நேரம் கழித்து தயாராகி வர, சுமதி அருகே ஆதர்ஷ் விளையாடிக்கொண்டிருந்தான். அன்று மதியம் விருந்தும் தடபுடலாக இருக்க, விருந்து முடிந்த கையோடு சொந்தபந்தங்கள் ஒவ்வொருவராக கிளம்ப ஆரம்பித்தனர். அருணும் நித்யாவும் ஒரு வாரத்தில் பெங்களூருக்கு தனிக்குடித்தனம் செல்வதாக இருந்தது. ஆதித்யா அங்கிருந்தே எல்லோரிடமும் விடைபெற்றுக்கொண்டு சூர்யாவையும் அழைத்துக்கொண்டு சென்னை கிளம்பிவிட்டான். வளர்மதியும் ராஜேஷும் அருணை விருந்திற்கு வருமாறு அழைத்துவிட்டு காரில் ஏறி அமர, அவர்கள் வாகனம் தூத்துக்குடியில் இருந்து மதுரை நோக்கி பயணப்பட்டது. காவ்யாவின் குடும்பம் கூட அவர்கள் காரில் மேலூர் நோக்கி கிளம்பியிருந்தது. காரில் வரும்போதே ஆதித்தியா தீபா திருமணம் குறித்து பேச்சுவர, ராஜேஷோ ஒரு ஆறு மாதம் செல்லட்டும் என்றுவிட்டார்.

"அவன்கிட்ட உறுதியா சொல்லலாமே ப்பா..." என்று எழிலன் கேட்க

"சொன்னா சும்மா அவளை வம்பிழுத்துட்டு திரிவான்..." என்று வளர்மதி சொல்ல,

"அதெல்லாம் இல்லத்த...இவ தான் ஆதித்யா தம்பிய ரொம்ப பேசுறா..." என்று கொழுந்தனுக்கு கொடி பிடித்தாள் காவ்யா.

ஒரு வழியாக இரண்டு மணி நேரத்தில் வீடு வந்து சேர, இன்றோடு ஒரு வாரம் தூத்துக்குடியில் இருந்தது உடம்பெல்லாம் அலுப்பு தட்டியது. அனைவருக்கும் காவ்யா காபி கலக்கி எடுத்துவர, ஆதர்ஷ் செர்லாக் எடுத்துக்கொண்டான்.

"நாளைக்கு வேலைக்கு போணும்ல மா..." என்று வளர்மதி கேட்க

"ஆமாத்த...எப்போவும் போல தான்...ஒரு வாரம் லீவு போட்டு இருந்துட்டேன்...பெண்டிங் ஒர்க் எல்லாம் எத்தனை இருக்கோ...என் சீட்டுக்கு deputation (மாற்று ஆள்) போடுறதா தான் மேனேஜர் சொன்னாரு...தெர்ல...நாளைக்கு போனா தான் தெரியும்..." என்று பொருட்களை எல்லாம் எடுத்து வைக்க

"நீ எப்போ எழிலா கிளம்புவ..." என்றார் மகனைப் பார்த்து.

"நாளைக்கு first hour கிளாஸ் இருக்கும்மா...இல்லனா கொஞ்சம் லேட்டா போவேன்..." என்று பேசியபடி ஊரிலிருந்து கட்டிக்கொண்டு வந்த சாப்பாட்டினை சாப்பிட்டு முடித்து அனைவரும் தூங்க ஆயத்தமானார்கள்.

அதே நேரம் சென்னை நோக்கி பயணப்பட்டுக் கொண்டிருந்த பேருந்தில் இருந்த ஆதித்தியா தனது அலைபேசியை எடுத்து தீபாவின் எண்ணிற்கு "ஓய்.." என்று குறுஞ்செய்தி அனுப்பினான். அவள் சற்று நேரத்தில் பார்த்துவிட்டு "ஹாய்.." என்று அனுப்ப,

"உன் கூட பேசணும்..." என்று அனுப்பியிருந்தான்.

"புரியல.."

"உனக்கா புரியாது??..."

"சத்தியமா புரியல...என்னனு சொல்லுங்க..."

"உனக்கு மரியாதையா எல்லாம் பேச வருமா..."

"அத கேக்க தான் மெசேஜ் அனுப்புனீங்களா..."

"ஆமா...குட் நைட்.." என்று கோபமான எமோஜி போட்டு அனுப்பிவிட்டு அலைபேசியை சட்டை பைக்குள் போட, சிறிது இடைவேளை விட்டு

"சாரி.." என்று அவள் பதில் அனுப்பியிருந்தாள்.

"சரி ஓபன்னா கேக்குறேன்...உனக்கு என்ன கல்யாணம் பண்ணிக்குறதுல சம்மதமா...ரெண்டு வீட்டுலயும் பேச ஆரம்பிச்சுட்டாங்க...அதான் உன் விருப்பம் என்னனு தெரிஞ்சுக்கலாம்னு மெசேஜ் அனுப்புனேன்..." என்று அனுப்பிவிட, வெகுநேரம் typing... என்று மட்டுமே வந்துகொண்டிருந்தது. பொறுமையை இழந்தவன்,

"எஸ் ஆர் நோ சொல்ல இவ்ளோ நேரமா..." என்று அனுப்பினான்.

"நான் என் அக்கா மாதிரி கிடையாது..." என்ற பதில் வந்து விழ

"நானும் என் அண்ணனை மாதிரி கிடையாது..." என்று அனுப்பியிருந்தான்.

"நான் சீரியஸ்ஸா பேசுறேன்..ஜோக் அடிக்குறீங்க???"

"என்ன பாத்தா உனக்கு கோமாளி மாதிரி தெரியுதா??"

"நான் அக்கா மாதிரி பொறுப்பு கிடையாது...பொறுமை கிடையாது...ரொம்ப வாய் பேசுவேன்...அடக்கமா எல்லாம் சுத்தமா

இருக்க மாட்டேன்..."

"அதான் வாயாடின்னு எனக்கே தெரியுமே..."

"ஹலோ...என்ன கொழுப்பா.."

"உனக்கும் எனக்கும் கல்யாணம் பண்ணலாம்னு வீட்ல பேச ஆரம்பிச்சதுமே எனக்கு உன் மேல ஏதோ ஒரு வித பாண்ட் வந்துருச்சு...அது லவ்வானு கேட்டா எனக்கு தெரியல...ஆனா எனக்கு உன்ன புடிச்சிருக்கு...நீ எனக்கு மனைவியா வந்தா எனக்கு இஷ்டம் தான்...அத போல உனக்கும் தோணினா சொல்லு...இல்ல உன் மனசுல வேற யாரும் இருக்குறாங்க ..அதனால இந்த கல்யாணத்துல விருப்பம் இல்லைனாலும் யோசிக்காம சொல்லு...உனக்கு விருப்பமா இல்லையானு தெரிஞ்சுக்க தான் மெசேஜ் பண்ணுனேன்...அதத் தவிர உன்கிட்ட பேசுறதுக்கு ஒண்ணுமில்ல...குட் நைட்..." என்று பொறுமை இழந்து அவளுக்கு மொத்தமாக தான் நினைத்ததை குறுஞ்செய்தி மூலம் அனுப்பிவிட,

"என்ன குட் நைட் சொல்லிட்டீங்க..." என்று பதில் அனுப்பினாள்.

"உன்கிட்ட பேசுறதுக்கு வேற ஒண்ணுமில்ல..." என்று அவன் முறுக்கிக்கொள்ள

"கல்யாணம் வரைக்கும் காதலிக்குற ஐடியா கூட இல்லயா..." என்று அப்பட்டமாய் அனுப்பிவிட்டாள்.

அதை பார்த்தவன் முகம் தன்னைப்போல சிரிப்பை தத்தெடுத்துக்கொள்ள,

"ராட்சசி..." என்று முத்தமிடும் எமோஜி சேர்த்து அனுப்பினான்.

"ஆமா ராட்சஷனுக்கு ஏத்த ராட்சசி.." என்று அனுப்ப, அவர்கள் காதல் பயணமும் அந்த பேருந்தின் பயணத்தோடு தொடர ஆரம்பித்தது.

அந்த வார ஞாயிற்று கிழமை வீடே தடபுடலாக இருந்தது. அருணும் நித்யாவும் அன்று விருந்திற்கு வருவதாக இருக்க, காவ்யாவும் வளர்மதியும் சமயலறைக்குள் சுழன்று கொண்டிருந்தனர். தேவையான பொருட்கள் எல்லாம் வாங்கிக்கொடுத்த எழிலன் குழந்தையை பார்த்துக்கொள்ள, ராஜேஷ் கூட வளர்மதிக்கு உதவிக்கொண்டிருந்தார். காலை பதினோரு மணி போல அருணும் நித்யாவும் வர, வீடு களைகட்ட ஆரம்பித்திருந்தது. திருமணத்தின் போது அவரவர் அலைபேசிகளில் எடுத்துக்கொண்ட புகைப்படங்கள்

என்று பகிர்ந்துகொண்டு இயல்பாக பேசி சிரித்துக்கொண்டிருக்க, காவ்யா எல்லோருக்கும் பழச்சாறு எடுத்துவந்தாள்.

பழச்சாறு குடித்து முடித்த கையோடு நித்யாவும் காவ்யாவின் பின்னே சமையல் கட்டில் நுழைய,

"என்ன நித்யா இங்க வந்துட்ட....அங்க போய் உன் வீட்டுக்காரு கூட இரு..." என்று சிரித்தாள்.

"அவர் கூட தானக்கா ஒரு வாரமா இருக்கேன்...பெங்களூர் போய்ட்டா அப்புறம் உங்கள எப்போ பாத்து பேச முடியுமோ...லீவு எப்படி இருக்குமோ..." என்றாள் இயல்பாக.

"சந்தோஷமா இருக்கியா நித்யா...அருண் உன்ன நல்லா பாத்துக்குறாரா??"

"ஒன்னும் பிரச்சனை இல்லக்கா..."

"ஹ்ம்ம்...அருண் ரொம்ப நல்ல டைப் நித்யா...ஆதி தம்பி தான் கொஞ்சம் வாலு...சூர்யா நல்லா பேசுறானா..."

"சூர்யா அப்பப்போ அவரு போன்ல பேசுவாருக்கா..."

"அவனுக்கும் மரியாதையா??" என்று சிரிக்க

"இல்லக்கா...பசங்கள எப்படி நம்ம உரிமையா டக்குனு கூப்பிடமுடியும்..."

"அதுவும் சரி தான்..." என்று புன்னகைத்தவள், "இங்க வெக்கைல ஏன் நிக்குற...சாரீ வேற கட்டிக்கிட்டு...அங்க போய் எல்லாரோடும் பேசிட்டு இருக்கலாம்ல..."

"பரவால்லக்கா...அங்க அத்தை என்ன கிட்சேன் உள்ளேயே விட மாட்றாங்க...புது பொண்ணு இங்க வராதுன்னு அனுப்பிடுறாங்க..இங்கேயாச்சும் உங்களுக்கு ஹெல்ப் பண்றேன்..." என்று இயல்பாய் பேச, குடும்பத்திற்கு ஏற்ற பெண் என்றே காவ்யாவிற்கு நிறைவாக இருந்தது. எழிலன் குடும்பத்தில் பெண் பிள்ளைகள் இல்லை என்பதால் காவ்யாவை மகளைப் போலத்தான் நடத்தினார்கள். காவ்யாவும் குடும்பத்தை அனுசரித்தே செல்ல, அடுத்த மருமகளும் அவளைப்போல இருக்க வேண்டும் என்றே விரும்பினார்கள். இன்னும் சொல்லப்போனால், ஆதிக்கு அந்நியத்தில் எடுத்து வீட்டில் பிரச்சனை எதுவும் வந்து குடும்பம் பிரிந்துவிடுமோ என்ற பயத்தில் தான் காவ்யாவின் தங்கையையே பேசியது. காவ்யாவின் குடும்பம் பற்றியும் நன்றாகத் தெரியும். அதையும்விட,

காவ்யா தன் தங்கையைப் பொறுத்துப் பார்த்து அனுசரித்து நடந்துகொள்வாள், தீபாவும் அக்கா என்று விட்டுக்கொடுப்பாள் என்றே வளர்மதி முடிவுசெய்து தீபாவை ஆதிக்கு பேசி வைத்தது.

''இன்னும் என்ன வேலைக்கா இருக்கு...வெங்காயம் எதுவும் கட் பண்ணனுமா...இல்ல வேற எதுவும்...'' என்று நித்யா கேட்க

''எல்லாம் முடிஞ்சுருச்சு நித்யா...தயிர் பச்சடிக்கு வெங்காயம் கட் பண்ணனும்...ரசம் வைக்கணும்...அவ்ளோ தான்...நீ இரு...இந்த புளிய கரைக்கிறேன்...'' என்று காவ்யா புளி கரைசலை பிசைய ஆரம்பித்தாள்.

''நான் வெங்காயத்தை நறுக்குறேன்...கொடுங்க...'' என்று வாங்கிக் கொண்டாள் நித்யா. இருவரும் பேசிக்கொண்டே வேலை செய்ய, ஆதர்ஷ் அழுக ஆரம்பித்திருந்தான். வளர்மதி ராஜேஷ் எழிலன் அருண் என்று ஒவ்வொருவர் கையாய் மாறியும் அழுகையை நிறுத்தாமல் தன் அன்னையைத் தேட, வேறு வழியில்லாமல் எழிலன் காவ்யாவை அழைத்துவிட்டான்.

''காவ்யா...அவனுக்கு தூக்கம் வருதுபோல...பால் கொடுக்கிறியா...'' என்று வர,

''ஒரு 5 நிமிசம்ப்பா...ரசம் மட்டும் வச்சுக்கிறேனே...எல்லாம் முடிஞ்சது...கொஞ்சம் சமாளிங்க...'' என்று வேலையை துரிதப்படுத்த,

''க்கா...நீங்க தம்பிய பாருங்க...ரசம் தான..நான் பாக்குறேன்...அத்தை இருக்காங்கல்ல...போங்க க்கா...'' என்று அனுப்பிவைக்க, வேறு வழியில்லாமல் பிள்ளையை தூக்கிக்கொண்டு படுக்கையறைக்கு சென்றாள்.

ஆதர்ஷ்க்கு தூக்கமும் பாலும் ஒரு சேர அன்னையின் அருகாமையில் கிடைக்க, அவள் அறைக்குள் வந்த பதினைந்து நிமிடத்திற்குள் அவள் மடியிலேயே தூங்கிப்போனான். அவனைப் சற்று நேரம் மடியில் வைத்து தட்டிக்கொடுத்து படுக்கையில் படுக்கப்போட்டவள், அறையின் கதவை மெல்லமாக சாத்திவிட்டு வெளியே வர, அதற்குள் நித்யா வெங்காயத்தை நறுக்கி முடித்து, ரசம் தாளிப்பதற்கு எண்ணெய் ஊற்றிவிட்டாள்.

காவ்யா சமையல் அறைக்குள் நுழைய, அடுப்பில் எண்ணெய் காய்ந்து சூடாகிக்கொண்டிருந்தது.

''தம்பி அதுக்குள்ள தூங்கிட்டானா...'' என்று நித்யா ஆச்சர்யமாக கேட்க

''இல்லடா..அவன் எப்போவும் பத்து பத்தரைக்கெல்லாம் தூங்கிருவான்...இன்னைக்கு எல்லாரும் வீட்ல இருக்குறதால இந்நேரம் வரை விளையாடிட்டான்....அதான் அதுக்கு மேல முடியல...அசந்து தூங்கிட்டான்...ரசத்துக்கு மிளகு சீரகம் அரைச்சுட்டியா...'' என்று பேசிக்கொண்டே அடுப்பு முழு வீச்சில் எரிந்துகொண்டிருந்ததை கவனிக்காமல், மிக்ஸி ஜாரில் இருந்து திரித்த மிளகு சீரகத்தை அப்படியே எண்ணையில் கொட்ட, தீ அதிகமாக இருந்ததாலும் எண்ணையும் நன்கு காய்ந்திருந்ததாலும் நெடி ஏறிவிட்டது. அதன் பின்பே அவரசமாய் அடுப்பை குறைக்க, அதற்குள் வீட்டில் எல்லோரும் இரும தொண்டையை செரும என்று ஆரம்பித்திருந்தனர்.

''என்னாச்சு காவ்யா...'' என்று வளர்மதி சத்தம் கொடுக்க,

''ஒண்ணுமில்லத்த...முடிஞ்சுருச்சு....'' என்று பதில் சொல்லிக்கொண்டே இருமியவள்,

''நீ போ நித்யா...நெடி ரொம்ப வருது...இங்க நிக்காதா...அவரை ஜன்னல் எல்லாம் திறந்து விடச்சொல்லு...'' என்று இருமிக்கொண்டே புளிக்கரைசலை தாளிப்பில் ஊற்றி பெருங்காயத்தை போட, நித்யா வெளியேறினாள்.

மற்றவர்கள் எல்லோரும் வெளியே இருக்க, சமையல்கட்டில் காவ்யா மட்டும் அதிகமாக நின்றதில் அவளுக்கு இன்னும் அதிகமாக இருமல் வந்திருந்தது. அதோடு இருமலை கட்டுப்படுத்த தண்ணீர் எடுத்து குடித்துவிட்டு மேடையை ஒதுக்க, ஓங்கி இருமியதில் அவளுக்கு ஓங்கரித்து கொண்டு வந்தது. அதிகமான தண்ணீர் கொடுத்துவிட்டு இருமல் இன்னும் வந்ததில், அப்படியே ஓடிப்போய் வாஷ்பேஸினில் தண்ணீரை வாந்தி எடுத்துவிட்டாள். அவள் சத்தம் கேட்டு, ''காவ்யா...'' என்று எழிலன் அவளிடம் ஓட, எல்லோரும் என்ன என்று எழுந்து வந்துவிட்டனர்.

4

காவ்யா தண்ணீரை எல்லாம் வாந்தி எடுத்து முகத்தை கழுவிட்டு நிமிர,

''என்னடி பண்ணின...'' என்று அவள் நெற்றில் இருந்து கையெடுத்தபடி எழிலன் கேட்க

"இருமல் வந்துச்சுனு தண்ணி குடிச்சேன்...அது மறுபடியும் இருமி வெளிய வந்துருச்சு..." என்று வாந்தி எடுத்ததில் கலங்கின கண்களோடு சிரிக்க,

"ஒரு நாள் கிட்சேன்குள்ள போய் அண்ணியை இப்டி ஆக்கிட்டியா..." என்று அருண் நித்யாவை வம்பிழுக்க,

"நான் ஒண்ணுமே பண்ணல..." என்றாள் அவசரமாய்.

"என்ன கொழுந்தனாரே...தங்கச்சிய இப்போவே இப்டி மிரட்டுறீங்க....நித்யா கண்டிச்சு வை..." என்று காவ்யா சிரித்தாள்.

"ஐயோ அக்கா சும்மா இருங்க..." என்று நித்யா சிரிக்க, அனைவரும் சகஜ நிலைக்கு திரும்பி புன்னகை முகத்துடன் வந்து அமர, பின்னே வந்த காவ்யாவோ நித்யாவிடம்,

"இவ்ளோ பேசுறாரு...இனிமே கொழுந்தனாருக்கு சோறு போடாத நித்யா..." என்றாள்.

"அய்யோ அண்ணி...என்ன அடி மடில கை வைக்குறீங்க..." என்றான் அருண்.

"பின்ன என்ன கொழுந்தனாரே....உதவிக்கு வந்த புள்ளய குத்தம் சொல்றீங்க..." என்று சிரிக்க, அவர்கள் பொழுது கறி விருந்துடன் இனிமையாக கழிந்தது.

மாலையில் அருணும் நித்யாவும் விடைபெற, அடுத்த திங்களில் இருந்து வீடும் வழமைக்கு திரும்பியிருந்தது, காவ்யாவின் இரண்டாம் பிள்ளை பாட்டும் தொடர்ந்துகொண்டிருந்தது. எழிலன் கூட அதே பாட்டை தான் பாடிக்கொண்டிருந்தான். அன்றொரு நாள் இரவின் தனிமையில் கூட,

"எனக்கு இன்னொரு குழந்தை பெத்துக்கணும்னு ஆசையா இருக்குங்க...இன்னும் ஒன்னே ஒன்னு...அழகா குட்டியா உங்கள மாதிரியே ஒரு பெண் குழந்தை..." என்றாள் அவன் மார்பில் சாய்ந்தபடி.

"வேண்டாம் காவ்யா...ஒரு குழந்தை போதும்...நம்ம நாட்டுல இருக்குற ஜனத்தொகைக்கு இதுவே ஜாஸ்தி..."

"அதே தான் நானும் சொல்றேன்...நம்ம நாட்டுல இருக்குற ஜனத்தொகைக்கு இன்னும் ஒரு குழந்தை பெத்துக்குறது ஒன்னும் பெரிய பிரச்சனைல முடியாது..." என்றவளை தலையில் குட்டியவன்,

''வேண்டாம்னா வேண்டாம் காவ்யா...விடு...'' என்று தான் பதில் சொன்னான்.

''நான் இவ்ளோ ஆசையா கேக்குறேன்...நீங்க கொஞ்சம் கூட யோசிக்க மாட்டேங்குறீங்க...''

''நான் நல்லா யோசிச்சுதான் சொல்றேன்...நம்ம வருமானத்துக்கு இன்னைக்கு தேதிக்கு ஒரு குழந்தையை தான் நல்லா வளர்க்க முடியும்...ஆதர்ஷ்க்கு எல்லாமே சிறப்பா கிடைக்கணும்....இன்னொரு குழந்தை வந்துட்டா பங்கு போட்ட மாதிரி ஆகிடும்...அப்புறம் ரெண்டு குழந்தைங்கன்னு பாதி பாதியா தான் செய்ய முடியும்...இப்போ அவன் கேட்டா எதுனாலும் என்னால வாங்கித் தரமுடியும்...அதுவே ரெண்டு குழந்தைங்க இருந்தா கஷ்டம்...என் பையனை நல்லா பாத்துக்கிட்டாலே போதும் எனக்கு...ரெண்டு குழந்தைங்க பெத்துட்டு ரெண்டுக்கும் இழுத்து பிடிச்சு செலவு செய்றதுக்கு பதிலா ஒரு குழந்தைக்கு எல்லாமே பெஸ்ட்டா கொடுத்துறலாம்...'' என்று வசனம் பேச,

''அவன் நாளப்பின்ன தனிமரமா இருந்தா உங்களுக்கு ஓகே வா...'' என்றாள்.

''அதெல்லாம் என் தம்பிங்க இருக்கானுக...அவனுகளுக்கும் குழந்தைக பிறக்கும்...அவங்க எல்லாம் ஆதர்ஷ்க்கு இருக்குறாங்க...''

''கூடப்பிறந்த மாதிரி வருமாங்க...என்னவோ போங்க...நீங்க புரிஞ்சுக்கவே மாட்டேங்குறீங்க...அவனுக்கு துணையா ஒண்ணுக்குள்ள ஒண்ணுன்னு ரெண்டும் வளந்துடும்...நான் தான் சுமக்கப் போறேன்...நான் தான் வலிய தாங்கி பெத்துக்கப்போறேன்...நீங்க இவ்ளோ அலட்டுறது தான் எனக்கு புரியல...''

''ஆதர்ஷ் மட்டும் போதும்னு சொல்லியாச்சு...இதுக்கு மேல இத பத்தி என்கிட்ட பேசாத..வீணா சண்டை தான் வரும்...எனக்கு ஒரு குழந்தை போதும்....'' என்று சொல்ல, காவ்யா எழிலனுக்கு முதுகு காட்டி அழுதிருந்தாள். ஆதர்ஷ் பிறக்கவே அவர்களுக்கு மூன்று வருடங்கள் ஆகிவிட்டது. முதலில் திருமணமான புதிதில் ஒரு வருடம் குழந்தை வேண்டாம் என்று இருவரும் இருக்க, அதன் பின் இரண்டாவது வருடம் அவர்கள் முயற்சி செய்தும் குழந்தை தங்கவில்லை. அதன் பின் மருத்துவரிடம் சென்று அடிப்படை மருந்துகள் சில எடுத்துக்கொள்ள, கரு தரித்திருந்தாள். இப்போது

முதல் குழந்தையே பிறப்பதற்கு மூன்று வருடங்கள் ஆகிவிட்டிருக்க, இன்னும் தாமதமானால் வயது ஏறி அவள் திரும்ப கரு தரிக்கும்போது பிரசவமும் சுகப்பிரசவம் என்று இல்லாமல் அறுவை சிகிச்சையில் கூட முடியலாம். உடலிலும் பெலன் இருக்காது என்று யோசித்தவள் எவ்வளவு சீக்கிரம் முடியுமோ அவ்வளவு சீக்கிரம் இரண்டாம் குழந்தை பெற்றுக்கொள்ளலாம் என்று நினைக்க, எழிலனோ முடியாது என்று சட்டமாய் நின்றான்.

எழிலன் சம்மதம் இல்லாமல் அவனை எத்தனையோ முறை திசைதிருப்பி ஏமாற்றி கவனம் சிதற வைக்கலாம் என்று காவ்யா எண்ணினாலும் அவன் தன் முடிவில் வெகு கவனமாக இருந்தான். காவ்யாவின் வீம்பு சில நாட்களாக அதிகரித்திருக்க, அவளை நெறுங்குவதைக்கூட குறைத்து தன்னை கட்டுப்பாட்டில் வைத்திருந்தான். வாரத்தில் ஒரு முறையோ அல்லது இரண்டு முறையோ என்று அவன் எப்போதாவது அவளிடம் நெருங்கினாலும், மிகக் கவனமாய் தான் அவளைக் கையாண்டான். இன்பத்தில் லயித்திருப்பவனை ஏமாற்றி ஏதாகிலும் முயற்சி செய்யலாம் என்று அவனைத் தூண்டினாலும் ''என்ன மீறி நீ எப்படி குழந்தை பெத்துக்குறன்னு நான் பாக்குறேண்டி...'' என்றே சிரிப்பான்.

''நீங்க என்ன நினைச்சுட்டு இருக்குறீங்க...குழந்தை எல்லாம் உங்களால தான் வருதுன்னா...நான் இவ்ளோ கெஞ்சியும் நீங்க சம்மதிக்க மாட்டேங்குறீங்கல்ல...பாத்துட்டே இருங்க...தம்பிக்கு ஒரு வயசு ஆகுற வரைக்கும் தான் உங்களுக்கு டைம்...அவனுக்கு ஒரு வயசு முடிஞ்சதும் நான் கடவுள்கிட்ட வேண்டிக்க ஆரம்பிச்சுடுவேன்...குழந்தை என்ன உங்க மூலமாவா வருது...கடவுள் தான கொடுக்கணும்...ஆதர்ஷ் எப்படி கடவுள் கிட்ட இருந்து வந்தானோ அப்டியே இன்னொரு குழந்தையும் வரும்...நீங்க என்ன ஏமாத்தலாம்...கடவுள் என்ன ஏமாத்த மாட்டாரு...''

''அப்போ உன் கடவுள்கிட்டயே கேளு...கடவுள் வரம் கொடுத்தாலும் இந்த பூசாரி வரம் கொடுக்க மாட்டேன்...'' என்று எழிலன் நக்கலாக சிரிக்க,

''சிரிங்க சிரிங்க...நல்லா சிரிங்க....நீங்க பெரிய ஆளா இல்ல நான் வேண்டுற கடவுள் பெரிய ஆளான்னு பாக்குறேன்...'' என்று திரும்பி படுத்துக்கொண்டாள்.

அதன் பின் இருவருக்கும் பேச்சு வார்த்தைகள் குறைந்து ஒரு வாரம் சரியாக பேசிக்கொள்ளாமல் இருக்க, வெள்ளிக்கிழமை இரவு மறுபடியும் தன் மனைவியை நாடினான் எழிலன்.

''தூங்கிட்டியா...'' என்று அவள் இடையில் கைபோட்டு அணைக்க, குழந்தையின் புறம் திரும்பி படுத்திருந்தவள் அவனுக்கு பதில் சொல்லாமல் அமைதியாக தான் இருந்தாள்.

''கோபமா...'' என்ற கேள்விக்கு பதில் இல்லை. அவள் தூங்கவில்லை என்று அவனுக்கும் தெரியும் என்றாலும் அவள் அமைதியாக இருக்க,

''பேசுடி...'' என்றான் அவளைத் தன் புறமாக திருப்பி. அவள் அமைதியாகவே இருக்க, அவள் பேசாவிட்டாலும் அவள் கோபம் புரிந்திருந்தவன் ஊடலுக்கு முற்றுப்புள்ளியிட்டு கூடலுக்கு அழைக்க, அவள் மௌனமாக மறுத்திருந்தாள் இம்முறை.

''ஏண்டி...'' என்று அவன் ஏக்கமாக கேட்க,

''ரெண்டு பேருமே சந்தோசமா இருக்குறதுக்கு தான தாம்பத்தியம்...இங்க என்ன அப்படியா இருக்குது...நீங்க ஆசைப்பட்டது மட்டும் தான நடக்குது...நான் ஆசைப்பட்டது என்ன நடக்குது...அப்புறம் எதுக்கு இதெல்லாம்...குப்புற படுத்து தூங்குங்க...'' என்று கோபமாய் சொல்ல,

''நீயில்லாம தாக்குப்பிடிக்க முடியாதுடி...தெரிஞ்சு தான என்ன இம்ச பண்ற ராட்சசி...'' என்று அவள் கழுத்தில் முகம் புதைக்க, அவன் அந்த நொடியில் சொன்ன வார்த்தைகள் அவளை சிலிர்க்க வைக்க போதுமானதாக இருந்தது.

அவள் உடலில் ஏற்பட்ட சிலிர்ப்பை பயன்படுத்தி அவன் முன்னேற ஆரம்பிக்க, எப்போது அவன் வசமானாள் என்று தெரியாமல் அவனுக்கு விருந்தாகிப் போனாள். கூடலின் உணர்ச்சிப்பிரவாகத்தில் லயித்திருந்தவள் உச்சம் தொடும் நேரம் சட்டென்று அவன் விலகியதில் கண்களை திறந்து அதிர்ந்து பார்க்க, எப்போதும் போல இன்றும் அவளை ஏமாற்றியிருந்தான். ஆம், ஆதர்ஷ் பிறந்தபின் அவர்கள் இருவருக்கும் தாம்பத்தியம் இருக்கும் என்றாலும், எழிலன் கட்டுப்பாடோடு இருக்கும் ஓர் விஷயம் இது தான். உடலுறவின் முடிவில் எப்போதுமே விந்துக்களை கீழே விட்டுவிடுவான். அத்தனை கவனமாக முடித்துவிட்டு அவன் காவ்யா அருகில் மூஞ்சுவாங்கி

படுக்க, அவனுக்கு முதுகு காட்டிய காவ்யாவின் கண்களில் இருந்து கண்ணீர் சிந்தியது.

''ஒரே ஒரு குழந்தை...அதுவும் குடும்பத்துல பெண் குழந்தையே இல்லைனு தான ஆசைப்பட்டேன்...'' என்று மனதிற்குள் அழுதாள். எழிலன் அவள் அழுதது எதுவும் தெரியாது தூங்கிப்போனான். அப்படியே தெரிந்திருந்தாலும் அவன் நிச்சயம் இரண்டாம் குழந்தைக்கு சம்மதிக்கப்போவதில்லை என்பது நாம் அறிந்ததே.

நாட்கள் அதன்போக்கில் ஓட, கிட்டத்தட்ட அருண் நித்யா பெங்களூர் சென்று ஒரு மாதம் முடிந்திருந்த வேளையில் பெங்களூரில் இருந்து நித்யா கருவுற்றிருக்கிறாள் என்ற செய்தி கிடைத்தது. காவ்யா உண்மையில் சந்தோஷப்பட, வளர்மதி வேறு விதமாக சொன்னார். ஓர் நொடியில் அவரைத் திரும்பிப் பார்த்து அவர்தான் பேசினாரா என்று கிரகித்துக் கொள்ளமுயற்சி செய்தாள். அவள் தான் ஒரு வேளை தவறாக புரிந்துகொண்டாளோ என்று யோசித்தபடி மறுபடியும் அவரைக் கேட்க, அவர் பேசியதில் உண்மையில் உடைந்துவிட்டாள்.

''என்னத்த சொல்றீங்க...புரியல...''

''நான் என்ன தப்பா சொல்றேன்...ஆம்பள கல்யாணம் ஆனா புதுசுல கொஞ்சம் அப்டி இப்டிதான் இருப்பான்...அதுக்காக முழுசா ரெண்டு மாசம் கூட முடியல...அதுக்குள்ள கன்சீவா இருக்குறேன்னு சொல்றா...பொண்ணு இவ தான கவனமா இருக்கனும்...இப்போ தான் கல்யாணம் பண்ணி வச்சுருக்கோம்...கொஞ்ச நாள் சந்தோசமா இருக்கலாம்ல...என்ன அவசரம் இப்போ பிள்ளை பெத்துகிறதுக்கு... ரெண்டு பேருக்கும் வயசு இருக்கு தான...அதுக்குள்ள கர்ப்பமானா அவனுக்குத் தான் கஷ்டம்..இனிமே அவன் தான் அவளைப் பாக்கணும்...அப்புறம் குழந்தை வந்துரும்...அப்புறம் குழந்தை பின்னாடியே தான் சுத்தணும்....அருணுக்கு என்ன சந்தோசம் இருக்கும்...'' என்று அவர் பேசியதில் அதிர்ந்து போய் அமர்ந்துவிட்டாள் காவ்யா.

வளர்மதி சொன்ன கருத்திற்கு உண்மையில் என்ன பதில் சொல்வதென்றே அவளுக்கு விளங்கவில்லை. தனக்கு தான் இரண்டாம் குழந்தை போராட்டம் நடந்து கொண்டிருக்கிறது, அவளுக்காவது ஓர் குழந்தை வருகிறதே என்று நினைத்து மகிழ, அவரது பேச்சு அத்தனை உவர்ப்பானதாக அவளுக்கு தோன்றவில்லை.

பெண்ணைத் திருமணம் செய்துகொள்வது எதற்காக என்ற கேள்வியில் தொக்கி நின்றது அவள் இதயம்.

5

வளர்மதியின் பேச்சில் இருந்த கோபத்தோடு காவ்யா அமைதியாகிப் போனாள். அவள் வீட்டிற்கு தூரம் என்று நினைத்து எல்லோரும் அவள் கோபத்தை கண்டுகொள்ளாது போக, முதல் முறையாக தீபா-ஆதி திருமணம் பற்றி பயப்பட ஆரம்பித்தாள். இப்படி ஒரு நிலைமை தனது தங்கைக்கும் வருமோ என்று யோசித்தவள், தங்கையிடம் பேசவேண்டும் என்ற முடிவில் இருந்தாள். ஆசை வளர்ந்திருந்தால் மனதை மாற்றிக்கொள்ளலாம், ஆனால் வாழ்க்கையே போன பின் ஒன்றும் செய்ய இயலாது என்று யோசித்தாள். இத்தனை நாட்கள் இவர்கள் முகத்திரை எப்படி தன்னிடம் கிழியாமல் இருந்தது என்று வேறு அவளுக்கு கோபம் இருந்தது.

பெண்கள் என்றால் இச்சைக்கும் பிள்ளை பெற்றுப் போடுவதற்கும் மட்டுமே என்று நினைப்பதே ஒரு பெண் தான் என்னும் நிதர்சனம் புரிந்த நொடியில் அவளின் எரிச்சலும் கோபமும் அப்பட்டமாக தெரிய ஆரம்பித்தது. பெண்ணை பெண்ணாக மதிப்பதற்கு பெண்ணுக்கே கஷ்டமா இருக்கிறதா என்று தான் அவளுக்கு அத்தனை ஆதங்கம். அப்படிப்பட்ட பெண்ணின் கையில் வளர்க்கப்பட்ட பிள்ளை தான் எழிலன் என்ற பார்வை அவளுக்கு வந்திருக்க, அவன் இரண்டாம் குழந்தை வேண்டாம் என்று சொன்னது, இன்னும் அவளை விடாமல் நாடுவது என்று யோசித்துப் பார்த்தவள், அவன் மேல் அத்தனை கசப்பை சுமக்க ஆரம்பித்திருந்தாள். அதோடு கூட ஆதித்தியா மேலும் பார்வை மாற ஆரம்பித்தது. அவனுக்கு உண்மையில் தீபாவை திருமணம் முடித்து வைத்தால், அவனும் தன் தங்கையை மனைவி என்ற பெயரில் இப்படித்தான் பயன்படுத்துவானோ என்று தான் தோன்றியது.

ஒரு வாரம் அமைதியாக கழிய, வார இறுதியில் எழிலன் அவளை நெருங்கியிருந்தான். ஏனோ இந்த முறை குழந்தை வேண்டும் என்று கேட்கத் தோன்றாமல் அமைதியாக தான் அவனக்கு இசைந்து கொடுத்தாள். மனதிற்குள் ஏனோ இந்த முறை அவனுடன் சேருவதற்கு வலித்தது. தன்னை மனைவியாக பார்க்கிறானா அல்லது இச்சைக்கு மட்டும் தேடுகிறானா என்று தான் யோசிக்கத் தோன்றியது. அவை

எல்லாவற்றிக்கும் மேலாக அன்று இரவு எழிலன் பேசிய விதத்தில் அவள் கொதித்துப் போயிருந்தாள்.
''ஆதர்ஷ் பிறந்து நல்லா வெயிட் போட்டுட்டடி...கொஞ்சம் வெயிட் குறையேன்...பாரு தொப்பை இடிக்குது...'' என்று மூச்சுவாங்கிக்கொண்டே சொல்ல, அவனை முறைத்து வைத்தாள். உண்மையில் அவள் கோபமாக முறைக்கிறாள் என்று கூட அவனுக்குத் தோன்றவில்லை. எப்போதும் போல விளையாட்டாய் அவனை முறைக்கிறாள் என்றே நினைத்துக்கொண்டான். அதற்கும் மேலாக ஒன்று சொன்னானே பார்க்கலாம், அவள் மொத்தமாக உடைந்து போய்விட்டாள். கூடல் முடிந்து தன்னை சுத்தப்படுத்திக்கொண்டு படுக்கைக்கு வந்தவன்,
''காவ்யா...கேர்புல்லா தான் இருந்தேன்...இருந்தாலும் டௌட்டா இருக்கு....வாஷ் பண்ணிட்டு வந்து படு...'' என்று சொல்ல, அப்பட்டமான அதிர்ச்சி அவள் முகத்தில். கணவன் தானே அவன், அவன் மனைவியிடம் தானே இருந்தான், அப்படியே என்றாலும் அவர்கள் குழந்தை தானே என்று யோசிக்காமல் அப்படி சொன்னதில் மொத்தமாய் உடைந்து போனவள் பாத்ரூம் நுழைந்து வாயை மூடிக்கொண்டு அழுக ஆரம்பித்திருந்தாள். அடுத்த நாள் மனதில் சோர்வுடன் எழுந்து வேலைக்கு கிளம்ப, மனதில் உற்சாகமே இல்லாமல் இருந்ததோ என்னவோ ஆடையைக்கூட சரியாக தேர்வு செய்யாமல் ஒரு பழைய சுடிதாரை எடுத்து உடுத்திக்கொள்ள, அது அவள் குழந்தை பிறந்ததற்கு முன் வாங்கிய உடை என்பதால் சற்றே இறுக்கமாக இருந்தது. சதை ஆங்காங்கே பிதுங்கிக்கொண்டு தெரிய, அவள் தொப்பை இன்னும் நன்றாகவே தெரிந்தது.
''என்ன காவ்யா பழைய டிரஸ் எடுத்து போட்டுருக்குற...ட்ரெஸ் இவ்ளோ டைட்டா இருக்கு பாரு...வயித்த கொஞ்சம் கட்டிருக்கலாம்...பாரு இப்போ அசிங்கமா பெருசா தெரியுது...'' என்று வளர்மதி சொல்ல,
''நான் என்ன அழகி போட்டிக்கா அத்தை போறேன்...நான் எப்படி இருந்தாலும் என்ன பாத்ததும் கட்டிபுடிச்சு முத்தம் கொடுக்குற புள்ள இருக்குல்ல...அது போதும்...'' என்று சிரித்தபடியே நறுக்கென்று சொல்ல,
''என்ன இருந்தாலும் பொம்பளப்புள்ள கண்ணுக்கு அழகா லட்சணமா

இருக்கவேண்டாம்...அவன் பக்கத்துல நின்னா அவனுக்கு அக்கா மாதிரி இருப்ப...உடம்ப கொஞ்சம் குறை...அந்த வயிறு குறையுறதுக்கு எல்லாம் யூடியூப்ல ஏதாச்சும் பாத்து எக்சர்சைஸ் பண்ணு..." என்று சொல்ல,

"ரொம்ப அவசியம்..." என்று மனதிற்குள் மட்டுமே நினைத்துக்கொள்ள முடிந்தது. இத்தனைக்கும் அவள் ஒன்றும் குழந்தை பிறந்த பின் அத்தனை எடை கூடியிருக்கவில்லை. முன்பு எலும்பாக இருந்தாள் என்றாள் இப்போது சற்று பூசினால் போல இருக்கிறாள். வயிறு மட்டுமே குழந்தை பிறந்த காரணத்தினால் சற்று பெரிதாக இருந்தது. வெளிப்படையாக அவரை திட்ட முடியாமல் "சரி த்த..." என்று மட்டுமே சொன்னவள், அலுவலகம் கிளம்பிவிட்டாள். ஏனோ அன்று அலுவலகத்திலும் சோர்வாக அமர்ந்திருக்க, வேலையில் அவளுக்கு கவனம் இல்லை. அவளது மேனேஜர் சுரேந்திரன் அவளை அழைத்துவிட்டிருந்தார்.

"சொல்லுங்க சார்..." என்று கேபின் உள்ளே நுழைந்தவளை ஏற இறங்க பார்த்தவர்,

"என்னாச்சு காவ்யா...எப்போவும் சிரிச்ச முகமா பிரைட்டா இருப்பீங்க...போன வாரம் உடம்பு சரியில்லைன்னு சொன்னீங்க...இன்னும் சரியாகலையா??" என்று அக்கறையாக கேட்க, அவள் எப்படி பதில் சொல்வாள்.

இத்தனை நாட்களாக தான் ஒரு நல்ல குடும்பத்தில் வாழ்க்கைப்பட்டு இருப்பதாய் பெருமிதமாக நினைத்துக்கொண்டிருந்தாள். தன்னை மகளைப்போல பார்த்துக்கொள்ளும் மாமியார், தனது அழகில் அத்தனை கவனம் செலுத்தும் மாமியார் என்றெல்லாம் சிலாகித்துக்கொண்ட நாட்கள் எத்தனை எத்தனை!!தன் கணவன் தன்னையே நாடி வருகிறான் என்று பெருமைப்பட்ட நாட்கள் எல்லாம் வடிந்துபோய் பெண்ணை பொருளாகவும் பொம்மையாகவும் பார்க்கும் குடும்பத்தில் மாட்டிக்கொண்டிருக்கிறோம் என்ற நிதர்சனம் புரிந்து சோர்ந்துபோனவளுக்கு எத்தனை முயற்சி செய்தும் முகத்தை மலர்ச்சியாக வைக்கமுடியாது போனது. வருடக்கணக்கில் ஏமாற்றப்பட்டதாக ஒரு உணர்வு தோன்ற, தான் எத்தனை பெரிய முட்டாள் என்றே தோன்றியது.

''இல்ல சார் நல்லா தான் இருக்கேன்...'' என்று பெயருக்கு சொன்னால் கூட, அதில் சிரிப்பில்லாமல் சொல்ல,
''பெயருக்கு கூட சிரிக்க மாட்டேங்குறீங்க...வீட்ல எதுவும் பிரச்சனைன்னா ரெண்டு நாள் லீவு எடுத்துகோங்களேன்...'' என்றார் கரிசனையாக.
''வீடு தான பிரச்சனை...'' என்று மனதிற்குள் நினைத்துக்கொண்டவள்,
''பரவால்ல சார்...மேனேஜ் பண்ணிக்கிறேன்...'' என்று சொல்லாமல் சொல்லிவிட்டாள் தனக்கு பிரச்சனை என்று.
''சரி காவ்யா...பாத்துக்கோங்க...இந்த பிகர்ஸ்ல (figures - புள்ளிவிவரங்கள்) difference (வேறுபாடு) இருக்கு...முகிலன் வந்து சொல்லிட்டு கோபப்பட்டுட்டு போனாரு...நீங்க எப்போவும் தப்பு பண்ற ஆளு இல்ல...அதான் கூப்பிட்டு சொல்றேன்...நம்ம காசு பணம் புழங்குற இடத்துல வேலை பாக்குறோம் காவ்யா...மனசும் புத்தியும் ஒன்னா இருந்தா தான் நம்ம கவனமா வேலை பாக்க முடியும்...பாத்துக்கோங்க...'' என்று சில வவுச்சர்களையும் லெட்ஜெரையும் நீட்ட,
''சாரி சார்...இனிமே இப்டி ஆகாம பாத்துக்கிறேன்...'' என்று வெளியே வந்தவள், சாப்பிடும் இடத்திற்கு சென்று அங்கிருந்த டேபிளில் கை ஊன்றி அமர்ந்தவள் நெற்றில் கை வைத்து அழுக ஆரம்பித்திருந்தாள்.
முகிலன் எதேர்ச்சையாக தண்ணீர் எடுக்க வர, ஆள் அரவம் கேட்டு அவசரமாக முகத்தை மறுபக்கம் திருப்பி கண்ணீரை துடைத்தவள், அங்கிருந்து எழுந்து செல்ல முயற்சிக்க,
''சாரி மேடம்...'' என்றான் முகிலன். இவன் எதற்கு சாரி கேக்குறான் என்ற ரீதியில் அவனை கேள்வியாக பார்க்க,
''இல்ல மேடம்...நான் தப்பு பண்ணிட்டேன்னு மேனேஜர் சார் திட்டிட்டாரு...தப்பே பண்ணாம திட்டவும் நீங்க தான் தப்பு பண்ணிருக்குறீங்கன்னு கோபத்துல சொல்லிட்டேன்...உங்கள தப்பு கண்டுபிடிக்குறதுக்கு சொல்லல மேடம்...என்ன சொன்னதும் கோபம் வந்துருச்சு...அதுக்காக அவர் உங்கள கூப்டு திட்டிருந்தா சாரி மேடம்...நீங்க இவ்ளோ டவுன்னா பீல் பண்ணுவீங்கன்னு நினைக்கல....'' என்றான்.
''பரவால்ல சார்...என் மேல தான தப்பு ...இனிமே இப்டி ஆகாம பாத்துக்கிறேன்...அதுவும் போக மேனேஜர் சார் எதுவும் என்ன

திட்டல...இவ்ளோ இயல்பா என் மேல கரிசனை காட்டுனது தான் எனக்கு கொஞ்சம் எமோஷனல் ஆகிடுச்சு...சாரி சார்...''
''விடுங்க மேடம்...வீட்ல எதுவும் பிரச்சனையா...'' என்றான் இயல்பாக.
''இல்ல சார்...ஒன்னும் பிரச்சனை இல்ல..''
''அப்போ மறுபடி கன்ஸீவா இருக்குறீங்களா...'' என்றான் அவள் வயிறை பார்த்து.
''என்ன?'' என்று அவள் அதிர்ந்து சிரித்தபடி கேட்க
''இல்ல உங்க வயிறு பெருசா இருக்குல்ல...ஒரு வேளை கன்ஸீவா இருக்குறதால மூட் ஸ்விங்ஸ் இருக்குதோன்னு கேட்டேன்...'' என்று இயல்பாக பேச
''ஐயோ அதெல்லாம் இல்ல சார்...ஒண்ணே சமாளிக்க கஷ்டப்படுறேன்...'' என்று சொல்ல
''ஓகே மேடம்...பாத்துக்கோங்க...'' என்று அவன் கிளம்பிவிட்டான்.
முகிலன் அவளை விட இரண்டு வயது சிறியவன் தான் என்றாலும் அலுவலகத்தில் எல்லோருக்குமே சார் மேடம் என்ற அழைப்பு தான் பழகியிருந்தது. முகத்தை கழுவிவிட்டு வந்து வேலையைத் தொடர, காவ்யாவின் அருகே அமர்ந்திருந்த பிரேமா அவள் முகத்தை பார்த்தபடி,

''என்ன காவ்யா...டல்லா இருக்குற...'' என்று கேட்க, இருவரும் ஒத்த வயது தோழிகள் என்பதால் பேசியபடியே வேலைகளை பார்த்துக்கொண்டிருந்தனர்.
''ஒண்ணுமில்ல பிரேமா...கொஞ்சம் டிஃபரென்ஸ் வந்துச்சு...அதான் முகிலன் சார் சொல்லிட்டு போறாரு...''
''மேனேஜர் திட்டுனாரா...''
''ச்ச ச்ச...அவரு என்னைக்கு யாரை கடிந்து பேசிருக்குறாரு...கூப்பிட்டு இனிமே தப்பு பண்ணாம பாத்துக்கோங்கன்னு சொன்னாரு...டைனிங் ரூம்ல உக்காந்திருந்தேன்...முகிலன் சார் வந்து பேசிட்டு போனாரு...''
''என்ன சொன்னாரு...''
''அத ஏன் கேக்குற...கன்ஸீவா இருக்கீங்களான்னு கேட்டாரு...நான் என் வீட்ல இரண்டாவது குழந்தைக்கு தலைகீழ குட்டிக்கரணம் அடிச்சுட்டு இருக்கேன்..அவரு அப்டி கேட்டதும் டக்குனு சிரிப்பு தான் வந்துச்சு...'' என்று சொன்னாலும், சொல்லும்போது அவள் முகத்தில்

சிரிப்பில்லை.
''ஏன் காவ்யா...குழந்தை பெத்துகிறது என்ன அவ்ளோ கஷ்டமா...''
''ஒன்னு போதும்னு கிட்டயே சேக்காம மெயின்டைன் பண்ற புருஷன்கிட்ட பெத்துகிறது ரொம்ப கஷ்டம்....''
''என்னது???கிட்டயே சேக்க மாட்டாரா...உன் வீட்டுக்காரு சாமியாரா மாறிட்டாரா...''
''மாறிட்டாலும்....அதெல்லாம் இருக்கும்...ஆனா ரொம்ப கவனமா இருப்பாரு...என் புள்ளய நான் சுமந்து பெத்துகிறதுக்கு இவங்க கிட்ட கெஞ்ச வேண்டியிருக்கு பாத்தியா பிரேமா...நானே செம்ம கடுப்புல இருக்கேன்...இதுல அவரு வந்து வயிறு பெருசா இருக்குன்னு சொல்லி ஒரு வேளை கன்ஸீவா இருக்கேனான்னு கேட்டுட்டு போறாரு...மனுஷன் இருக்குற நிலைமை தெரியாம...'' என்று பெருமூச்சு விட, அவளை திரும்பிப்பார்த்து சிரித்த பிரேமா,
''ஆனா இந்த ட்ரஸ்ல உனக்கு வயிறு பெருசா கன்ஸீவா இருக்குற மாதிரி தான் தெரியுது...'' என்று பிரேமாவும் சிரிக்க,
''கடுப்ப கிளப்பாத பிரேமா...என் வீட்டுக்காரு கேட்டார்னு வச்சுக்கோ, கண்டிப்பா யாரு குழந்தைனு தான் கேப்பாரு...'' என்று சிரித்தாள்.
அவளை சிரித்தபடி ஆராய்ந்த பிரேமா, அவள் முகத்தில் இருந்த சோர்வு, கண்களில் இருந்த கருவளையம், மேடிட்ட வயிறெல்லாம் பார்த்துவிட்டு,
''ஆனா உண்மையா உனக்கு வயிறு பெருசா தான் இருக்கு காவ்யா...செக் பண்ணி பாத்தியா...''
''என்ன பிரேமா ஔறுற...நாங்க ரெண்டு பேரும் பண்ற கூத்துக்கு அதெல்லாம் வாய்ப்பே இல்ல...''
''ஆனா உன் வயிறு பெருசா இருக்கே...உனக்கு பீரியட்ஸ் வந்துருச்சா??''
''ஒரு தடவை தான் வந்துச்சு...அதுக்கு அப்புறம் வரல...டாக்டர் கிட்ட கேட்டேன்...அதெல்லாம் நார்மல் தான்...ரெகுலர் ஆக கொஞ்ச நாள் ஆகும்னு சொன்னாங்க...'' என்று யோசனையாக கூற,
''அப்போ ஸ்கேன் ஏதாச்சும் எடுத்து பாரு..நீ மட்டர்னிட்டி(maternity -மகப்பேறு விடுப்பு) முடிஞ்சு வரும்போது உனக்கு வயிறு இவ்ளோ பெருசா இல்லையே...''

''ஐயோ பிரேமா...இது பழைய டிரஸ்..அதனால அப்டி தோணுது போல..''
''எதுக்கும் டாக்டர் கிட்ட பாரேன்...எதுவும் இல்லனா ஓகே தான...''
என்று பிரேமா சொல்ல, என்னவாக இருக்கும் என்ற யோசனையிலேயே இருந்தவள் முகம் மதியத்திற்கு மேல் வெளிறிப்போக ஆரம்பித்தது.
''பிரேமா..பிரேமா...ப்ரேம்ம்மா......'' என்று மதியம் 3 மணிபோல பிரேமாவை உலுக்க,
''என்ன காவ்யா...'' என்று எதோ எழுதிக்கொண்டே திரும்ப,
''நான்...நான் ப்ரெக்னென்ட்னு நினைக்கிறேன் பிரேமா...'' என்று திருதிருவென முழித்தாள்.

6

''வாய்ப்பே இல்லனு சொன்ன...'' என்று பிரேமா காவ்யாவை கேள்வியாக நோக்க,
''ஆனா...இப்போ நீங்க எல்லாம் சொன்னதுல இருந்து சந்தேகமா இருக்குது...எனக்கு என்னமோ...'' என்று அவள் நெற்றியை நீவிவிட,
''ஹே காவ்யா ரிலாக்ஸ்....இருக்கோ இல்லையோ...இப்போ இவ்ளோ டென்ஷன் தேவை இல்ல...வீட்டுக்கு போய் டெஸ்ட் பண்ணா தெரிஞ்சுரும்...உன்ன நீயே ரொம்ப அலட்டிக்காத...'' என்று சொல்ல, காவ்யாவும் தன்னைத் தேற்றிக்கொண்டு வீடு வந்து சேர, சிரித்தமுகத்துடன் அவளை வரவேற்றான் ஆதர்ஷ். மகனை தூக்கி கொஞ்சியவள் கணவன் வருகைக்கு காத்திருக்க, எழிலன் கூட ஆறு மணி போல வந்திருந்தான்.
இரவு உணவு முடித்து பிள்ளை தூங்கியபின், எழிலனை உலுக்கியவள் எதுவும் பேசாமல் அமைதியாக இருந்தாள்.
''சொல்லு காவ்யா...'' என்று அவன் சொல்லியும் அவள் எதுவும் பேசாமல் இருக்க,
''என்னடி....'' என்றான் மறுபடியும்.
''எனக்கு டவுட்டா இருக்குங்க...''
''என்ன டவுட்...''
''நான் கன்ஸீவா இருக்கேனோன்னு தோணுது...இன்னைக்கு ஆபீஸ்ல பிரேமா கூட சொன்னா...உனக்கு முன்ன இருந்தத விட வயிறு இப்போ பெருசா தான் இருக்குதுனு...''

''என்ன காவ்யா சொல்ற...''
''ஆமாங்க...ஒரு டெஸ்ட் பண்ணி பாக்கலாமா...இல்லனா வயிறு ஏன் இவ்ளோ பெருசா இருக்கு...அப்போ வேற எதுவும் பிரச்சனையானு பாக்கணும்ல...தம்பி பிறந்தப்போ நான் இப்டி இல்லையே...'' என்றாள் கலக்கமாக.
''நாளைக்கு கிட் வாங்கிட்டு வரேன்...டெஸ்ட் பண்ணிப் பாரு...எப்படியும் ஒன்னும் இருக்காது...வெயிட் போட்டதால அப்டி இருக்கும்...நீ தான் பயப்படுற...'' என்றான்.
''இல்ல..நான் ஆபீஸ்ல இருந்து வரும்போது வாங்கிட்டு வந்துட்டேன்...''
''அப்போ போய் டெஸ்ட் பண்ணிட்டு வா..''
''இல்லங்க...காலைல first urine sampleல (சிறுநீர்) பாத்தா தான் சரியா தெரியும்...''
''சரி அப்போ காலையில பாக்கலாம்....'' என்று சொல்ல, ஏனோ பயத்தில் அவனை கட்டிக்கொண்டே படுத்திருந்தாள்.

அடுத்த நாள் காலையில் டெஸ்ட் எடுத்து பார்க்க, இரண்டு கருஞ்சிவப்பு கோடுகள் வந்திருந்தது அந்த கிட்டில். அதைப் பார்த்தவளுக்கு உண்மையில் என்ன வகையான உணர்வு என்றே புரியவில்லை. பாத்ரூமில் வைத்தே அழுதிருந்தாள். வெகுநேரம் உள்ளேயே நிற்க,
''காவ்யா...'' என்று எழிலன் அழைத்தபின்பே கதவைத் திறந்தவள் முகமே செய்தியை சொல்ல, அமைதியாக அந்த கிட்டை அவனிடம் நீட்டினாள். அதை வாங்கிப் பார்த்தவன் எதுவுமே பேசவில்லை. அமைதியாக சென்று படுக்கையில் அமர்ந்தவன் அந்த கிட்டில் இருந்த இரண்டு சிவப்பு கோடுகளையே பார்த்துக்கொண்டிருக்க, அவன் அருகே அமர்ந்தவள் அழுதுவிட்டாள். சந்தோசம் ஒரு பக்கம் பயம் ஒரு பக்கம் என்று அவள் உணர்ச்சிவசப்பட்டிருந்தாள். தான் நினைத்தபடியே இரண்டாம் குழந்தை வந்துவிட்டது என்று நினைத்தாலும் எழிலன் என்ன சொல்லுவான் என்றே அவளுக்கு பயமாக இருந்தது. அதுவும் போக வளர்மதி என்ன சொல்லுவார் என்று வேறு அவளுக்கு அழுத்தம் கூடியிருந்தது.
''கிளம்பு காவ்யா...ஹாஸ்பிடல் போயிட்டு வரலாம்...'' என்று

சொன்னதும் அவசரமாக அவனை நிமிர்ந்து பார்க்க,
''கிளம்பு...வீட்ல அம்மா கேட்டா செக் அப்னு சொல்லிக்கலாம்...''
''இல்ல...ஆபீஸ்...உங்களுக்கும் காலேஜ் போனும்...''
''லீவு போட்டுக்கலாம்...இது இப்டியே விட முடியாது...போய் ஸ்கேன் பாத்துட்டு அபார்ட் பண்ணிடலாம்...'' என்று சொன்னதும் அவசரமாக தன் வயிற்றில் கையை வைத்து பொத்திக்கொண்டாள் தன் கருவை.
''என்னங்க சொல்றீங்க...''
''நான் ஏற்கனவே சொன்னது தான காவ்யா...ஒரு குழந்தை போதும்னு நான் உன்கிட்ட சொல்லிருக்கேன் தான...அதுல எந்த மாற்றமும் இல்ல...வீட்ல எதுவும் சொல்லவேண்டாம்...அபார்ட் பண்ண சம்மதிப்பாங்களோ இல்லையோ.....முடிச்சுட்டு வந்து சொல்லிக்கலாம்...''
''இல்லங்க...வேண்டாம்...நான்..நான் பெத்துக்கிறேன் ப்பா...'' என்று தடுமாற
''வேண்டாம் காவ்யா...தம்பிக்கு இன்னும் ஒரு வயசு கூட ஆகல...அதுக்குள்ள நீ பிரேக்நண்ட் ஆனா எப்படி...அவனை எப்படி பாத்துக்குவ...அவன் ஏங்கிப்போய்ட மாட்டான்...''
''இல்லங்க...என்னால பாத்துக்க முடியும்...''
''வெட்டிப்பேச்சு பேசாம கிளம்பு காவ்யா....எனக்கே எப்படி இப்டி ஆச்சுன்னு கடுப்பா இருக்கு...நான் ஜாக்கிரதையா தான இருந்தேன்...நீ எப்படியோ சாதிச்சுட்ட தான...'' என்று முறைக்க, அவளால் அழுக மட்டுமே முடிந்தது.
''சரி அழாத...ஒன்னும் பிரச்சனை இல்ல...அபார்ட் பண்ணிடலாம்...பிரீயா விடு காவ்யா...'' என்று அவளை அணைக்க, அவள் இன்னும் அதிகமாக அழுதாள். எங்கே தன் பிள்ளை தனக்கு இல்லாமல் போய்விடுமோ என்று அவள் அழுகை அதிகமாக,
''அபார்ட் எல்லாம் வேண்டாம்ப்பா...ஆதர்ஷ் கிடைக்க நம்ம எவ்ளோ கஷ்டப்பட்டோம்....குழந்தை இல்லைனு எவ்ளோ நாள் காத்திருந்தோம்...கடவுள் கொடுத்ததை நம்ம வாங்கிக்கணும்ப்பா....தூக்கிப்போட்டா பாவம் இல்லையா...ஒரு உயிரை நம்மளே கொல்லலாமா....எத்தனை பேரு குழந்தை இல்லாம கஷ்டப்படுறாங்க...வேண்டாம்ப்பா...ப்ளீஸ்...'' என்று நெஞ்சில் விழுந்து அழுக,
''காவ்யா....இங்க பாரு...என்ன பாரு...'' என்று அவள் முகத்தை

நிமிர்த்தியவன்
''வேண்டாம்டி...உனக்கு கஷ்டம்...நமக்கு கஷ்டம்...ஆதர்ஷ்க்கும் கஷ்டம்...நமக்கு இந்த குழந்தை வேண்டாம்...இப்போ வெறும் ரத்தம் மட்டும் தான்...கஷ்டம் தெரியாது...அது ஒரு வேளை பிறந்து வளர்ந்து நம்மளால சரியா பாத்துக்க முடியலைன்னா...ஆதர்ஷ்க்கும் கிடைக்காம இந்த குழந்தைக்கும் கிடைக்காம நம்ம தள்ளாடினா....'' என்று அவளிடம் அவனும் கெஞ்ச, அவளால் அழ மட்டுமே முடிந்தது.
''ப்ளீஸ் காவ்யா...கிளம்பு...எனக்கும் எதுவுமே புரியல...எப்படி இப்டி...நான் அவ்ளோ கவனமா தான் இருந்தேன்...'' என்று நெற்றியை நீவிவிட,
''கடவுளே இப்போவும் இவரு இந்த குழந்தையை கொடுக்கல...நீங்க தான் கொடுத்தீங்க...தயவு செஞ்சு இந்த குழந்தையை காப்பாத்தி என் கைலயும் கொடுத்துருங்க...என்னால இந்த பாவத்தை செய்ய முடியாது...'' என்று மனதிற்குள் வேண்டுதல் வைத்தவள் அவனோடு ஹாஸ்பிடல் கிளம்பினாள்.
அறைக்குள் தயராகி வெளியே வந்தவர்களை ஏறிட்ட ராஜேஷ்,
''என்ன எழிலா...வேலைக்கு கிளம்பலையா...இன்னும் ட்ராக்ஸ்ஸோட இருக்குற...'' என்று கேட்க, வண்டி சாவியை எடுத்தவன்,
''இல்லப்பா...காவ்யா வயிறு வலிக்குதுனு சொல்ற...ஹாஸ்பிடல் போயிட்டு வரோம்...'' என்றான்.
''அதுக்கு லீவு போடணுமாடா...எப்போவும் வர்ற வலி தான...ரெண்டு நாள் பொறுத்துகிட்டா சனிக்கிழமை போகலாம்ல...அன்னைக்கு ரெண்டு பேருக்கும் லீவு தான...'' என்று வளர்மதி சொல்ல, அந்த நிலைமையிலும் காவ்யாவிற்கு கோபம் சுர்ரென்று ஏறியது.
''எப்படிப்பட்ட ஜென்மங்கள்...ஒரு வேளை மகனுக்கு முடியவில்லை என்றாலும் இதே தான் சொல்வாரோ..'' என்று அவள் மனதிற்குள் நினைக்க, அதன் படியே தான் நடந்தது.
''இல்லம்மா...எனக்கும் கொஞ்சம் அஜீரணம் மாதிரி இருக்கு...அதுக்கும் மாத்திரை வாங்கிட்டு வரேன்...'' என்று அவர்களை சமாளிக்க எழிலன் பொய் சொல்ல,
''அஜீரணம்ன்னு லேசா சொல்றடா...சூடு தண்ணி குடிச்சாத்தான...நேத்து உருளைக்கிழங்கு பொரிக்கும்போதே நெனச்சேன்....ஒழுங்கா பாத்துட்டு வா...ஜெலுசில் எல்லாம்

கேட்காது...நல்ல மாத்திரை வாங்கிட்டு வா...'' என்று சொல்ல பெருமூச்சுடன் அவரைப் பார்த்தாள் காவ்யா.

''ஆக உனக்கு வந்தா ரத்தம்..எனக்கு வந்தா தக்காளி சட்னி..அப்படித்தான...ஒரு நாள் என் கைல சிக்காமலா போகும் இந்த குடும்பம்...அப்போ பாத்துக்கிறேன்...'' என்று மனதிற்குள் நினைத்தவள் எழிலனோடு கிளம்பினாள்.

''என்ன பிள்ளைங்களோ...ஒரு பொறுப்பு வேண்டாம்...இந்நேரம் ஹாஸ்பிடல் கூட்டிட்டு போறான்....வீட்டு வேலை எல்லாம் அப்டியே கிடக்குது... ரெண்டு பேருக்கும் லீவு வேற போட்டு இன்னைக்கு ஒரு நாள் சம்பளமும் போச்சு....'' என்று வெளியே சென்றவர்களை பார்த்தபடி பேச, காவ்யாவின் காதுக்குள் எல்லாம் விழுந்துகொண்டு தான் இருந்தது. இதுநாள் வரை தன் மேல் அக்கறை கொண்ட மாமியார் என்று தோன்றியதெல்லாம் இப்போது அப்படியே எதிர்மறையாக தோன்ற, இன்னும் இந்த விஷயம் தெரிந்தால் என்ன சொல்வாரோ என்று தான் மனதிற்குள் வெம்பினாள்.

மருத்துவமனைக்கு வர, அவளை பரிசோதித்த டாக்டர் ஸ்கேன் பார்க்கலாம் என்று சொன்னதால் எழிலன் வெளியே காத்திருக்க, அவளை பரிசோதித்த மருத்துவர் அவளிடம் கேள்விகள் கேட்டபடி அவளது வயிற்றை ஆராய்ந்தார்.

''எவ்ளோ நாள் மா ஆச்சு...''

''தெர்ல டாக்டர்...வயிறு பெருசா இருக்குன்னு டவுட்ல செக் பண்ணேன்...பாத்தா பாஸிட்டிவ் வந்துருச்சு...ஒண்ணுமே ஓடல...''

''உனக்கு எந்த சிம்ப்டம்ஸூம் இல்லயாம்மா...'' என்று சிரித்தார்.

''இல்ல டாக்டர்...முதல் குழந்தைக்கும் எனக்கு எதுவும் கிடையாது...வயிறு மட்டும் தான் பெருசா இருக்கும்...''

''லக்கி கேர்ள்...ஒவ்வொரு பொண்ணுங்க பத்து மாசமும் வாந்தி எடுப்பாங்க...மயக்கம் வருதுன்னு கஷ்டப்படுவாங்க....நீ நல்லா ஹெல்த்தியா இருக்குற...குட்...'' என்று இன்னும் பரிசோதிக்க,

''டாக்டர்...அவங்க...அபார்ட் பண்ணலாம்னு கூட்டிட்டு வந்துருக்காங்க...எனக்கு இஷ்டமே இல்ல டாக்டர்...கொஞ்சம் பேசி கன்வின்ஸ் பண்ணுங்க ப்ளீஸ்...''

''முதல்ல குழந்தை எப்படி இருக்குதுனு பாப்போம்...'' என்று ஸ்கேனில்

பார்த்தவர்,
''கடைசியா எப்போ பீரியட் வந்தது?'' என்று கேட்க,
''சரியா நியாபகம் இல்ல டாக்டர்...ஒரு நாலு ஐஞ்சு மாசம் முன்னாடி இருக்கும்...அடுத்த மாசம் பீரியட் வரலைன்னு கேட்டேன்...குழந்தை பிறந்த புதுசுல இர்ரெகுலரா இருக்கும்னு சொன்னாங்க...அப்டியே விட்டுட்டேன்...இப்போ யோசிச்சா...''
''சரியா தான் சொல்றமா...உனக்கு இப்போ ஐஞ்சு மாசம்...'' என்று சொல்ல காவ்யாவிற்கு தூக்கிவாரிப்போட்டது.
''இவங்க ஹஸ்பண்ட் வர சொல்லுங்க சிஸ்டர்...'' என்று செவிலியரிடம் சொல்ல, எழிலன் உள்ளே வந்தான். திரைக்கு பின்னே காவ்யா படுக்கவைக்கப்பட்டிருக்க மருத்துவரும் அங்கே தான் நின்றார்.
''உள்ள வாங்க சார்..'' என்று எழிலனை மருத்துவர் அழைக்க, அவனும் அவர் அருகே செல்ல,
''குழந்தை ஹார்ட் பீட் கேளுங்க...'' என்று சிசுவின் இதயத்துடிப்பின் சத்தத்தை வைத்துக் காண்பித்தார். லப்டப் சத்தம் வேகமாக கேட்க,
''குழந்தை நல்ல ஆரோக்கியமா இருக்கு...இப்போ ஐஞ்சு மாசம் ஆகுது..இது குழந்தையோட தலை...கை கால்...இது தண்டுவடம்...'' என்று அவர் ஒவ்வொன்றாய் ஸ்கேனில் எழிலனுக்கு காண்பிக்க, அவனால் எதுவும் சொல்ல முடியவில்லை.
''வாங்க...'' என்று எழிலனை அழைத்துக்கொண்டு இருக்கையில் அமர, காவ்யா உடையை சரிசெய்து வந்து அவன் அருகே அமர்ந்தபடி கலவரமாக எழிலன் முகத்தை தான் பார்த்துக்கொண்டிருந்தாள்.

''டாக்டர்...அது வந்து...எங்களுக்கு இந்த குழந்தை வேணாம்...ஏற்கனவே பத்து மாசத்துல ஒரு பையன் இருக்கிறான்...அதுக்குள்ள இன்னொரு குழந்தைன்னா கஷ்டம்...அபார்ட் பண்ணிர முடியுமா...'' என்று எழிலன் சற்றும் தயக்கமில்லாமல் மருத்துவரிடம் கேட்டிருந்தான்.

''எதுக்கு அபார்ட் பண்ணனும்னு யோசிக்குறீங்க...முதல் குழந்தைக்கு தான் இப்போ பத்து மாசம் ஆச்சே...இந்த குழந்தை பிறக்கும் போது அதுவும் பெரிய குழந்தையா தான இருக்கும்...ஒன்றரை வயசு கேப் இருக்குமே...''

"இல்ல டாக்டர்...நாங்க ஒரு குழந்தை போதும்னு நினைச்சோம்...இப்டி ஆகும்னு நினைக்கல..." என்று எழிலன் இழுக்க,

"இங்க பாருங்க சார்...இது என்னனு தெரியுமா..." என்று ஒரு கோப்பை அவன் முன் எடுத்து வைத்தார். அவரை கேள்வியோடு அவன் நோக்க,

"இதெல்லாம் என் ஹாஸ்பிடல்ல பெர்டிலிட்டி (fertility) டிரீட்மென்ட் வர்றவங்க டிடெயில்ஸ்...சிலருக்கு மாத்திரை, சிலருக்கு HCG ஸ்கேன்..சிலருக்கு லாப்ரோஸ்கோப்பி...சிலருக்கு IUI..சிலருக்கு IVF...இப்டி எத்தனையோ பேர் இயற்கையா கரு தரிக்காம கஷ்டப்படுறாங்க...அப்டியே கரு தரிச்சாலும் வாந்தி மயக்கம் சோர்வு கால் வீக்கம் இன்னும் என்னென்னமோ பிரச்சனை எல்லாம் வரும்...சிலருக்கு பிரசவகாலத்துல டையபெடீஸ் (சக்கரை வியாதி) கூட வரும்...ஆனா உங்க மனைவிக்கு எந்த கஷ்டமும் கொடுக்காம உங்க குழந்தை வளருதே...அத ஏன் அபார்ட் பண்ணும்னு நெனைக்குறீங்க..."

"இல்ல டாக்டர்...வந்து..."

"நீங்க ஸ்கேன்ல பாத்தீங்க தான...முழுசா கை கால் எல்லாம் வந்து முழு சிசுவா மாறின குழந்தையை அபார்ட் பண்றது கொலை பண்றதுக்கு சமம் இல்லையா சார்...அதுவும் ஒரு உயிர் தான...வாந்தி மயக்கம்னு கஷ்டப்படவேண்டிய மாசம் எல்லாம் கூட கடந்து போய்டுச்சு...இன்னும் ஒரு நாலு மாசம் தான...குழந்தை கைக்கே வந்துடும்...அபார்ட் பண்றது பாவம் சார்...அதுக்கும் மேல சட்டம் அனுமதிக்காது...MTP Act படி 20 வாரம் வரை வளர்ந்த குழந்தையை அபார்ட் பண்ண சரியான காரணம் வேணும்...உங்க மனைவிக்கு ப்ரோப்லேம்...இல்ல குழந்தைக்கு பிரச்னை அப்டினா மட்டும் தான் அபார்சன் பண்ண முடியும்...சட்டப்படி பண்ணக்கூடாது..." என்று அவர் முடிக்க, எழிலனின் முகம் மாறியிருந்தது.

"இரண்டு குழந்தை இருந்தா கஷ்டமா சார்..." என்று அவன் முகத்தை பார்த்துக்கொண்டு கேட்க

"இல்ல டாக்டர்...மைண்ட்ல நான் ஒரு குழந்தைனே பிக்ஸ் ஆகிட்டேன்...அதான் திடிர்னு கன்ஸீவா இருக்குறா அதுவும் ஐஞ்சு மாசம்னு தெரிஞ்சதும் கொஞ்சம் ஷாக்..." என்று நிறுத்தி

சிரிக்கமுடியாமல் சிரித்தான்.

7

''குழந்தைன்றது வரம் சார்...அது ஈஸியா கிடைக்குறதால அதோட அருமை சிலருக்கு தெரியமாட்டேங்குது...நின்னா கலஞ்சுடும் நடந்தா கலஞ்சுடும்னு எல்லாம் சொல்லுவாங்களே...உங்க மனைவிக்கு தெரியாமலே ஐஞ்சு மாசம் குழந்தை இருந்துருக்கே...இப்போகூட நீங்க சந்தேகத்துல தான செக் பண்ணி பாத்தீங்க...இல்லனா இன்னும் லேட்டா தான் அதுவும் வயித்துல அசைவுகள் தெரிய ஆரம்பிச்சதுக்கு அப்புறம் தான் வந்துருப்பீங்க...கடவுள் கொடுக்கணும்னு நெனைச்சா கண்டிப்பா குழந்தை வந்தே தீரும்...கடவுள் மனசு வைக்கலைன்னா நம்ம என்ன முயற்சி செய்தாலும் நிக்காது...என்னடா MBBS படிச்ச டாக்டர் இப்படி பேசுறாங்கன்னு யோசிக்காதீங்க...ஒரு குழந்தை எப்படி உருவாகுதுன்னு நேரம் கிடைச்சா படிச்சு பாருங்க...அப்போ நான் சொல்றது உண்மைன்னு உங்களுக்கு புரியும்...வெறும் உடலுறவுல மட்டும் குழந்தை உண்டாகிடாது...அதுக்கு அப்புறம் நெறய இருக்கு...அதனால ரொம்ப யோசிக்காம உங்க ரெண்டாவது குழந்தையை வரவேற்குறதுக்கு தயாரா இருங்க...'' என்று புன்னகையோடு சொல்ல, காவ்யா அவரை நன்றியோடு பார்த்தாள்.

''ஆனா மேடம்...அவளுக்கு எந்த சிம்ப்டம்ஸ்ஸூம் இல்ல...இவ்ளோ நாள் நமக்கு தெரியாம இருக்குமா...'' என்று கேட்க

''இருக்கலாமே...வாந்தி மயக்கம் இதெல்லாம் எல்லாருக்கும் இருக்கணும்னு அவசியம் கிடையாதே...உங்க மனைவியே அவங்க முதல் குழந்தைக்கு எதுவும் இல்லனு தான் சொன்னாங்க...'' என்றதும் தான் எழிலனும் யோசித்துப்பார்த்தான்.

உண்மையில் காவ்யாவிற்கு ஆதர்ஷ் வயிற்றில் இருந்தபோது எந்த அறிகுறிகளும் இல்லை. வளர்மதி கூட ''மசக்கைல ஒரு வாந்தி எடுத்தா அது ஒரு சந்தோசம்...இவளுக்கு என்ன வாந்தி கூட வரல...'' என்று சொல்லி சிரித்ததும், அதற்கு, ''என் புள்ள தெம்பா எல்லாத்தையும் சாப்பிட்டுட்டு வளருது...'' என்று அவன் பதில் சொல்லியதும் நினைவு வந்தது.

''ஆனா வயித்துல கூட எதுவும் டிபரென்ஸ் இல்லாம எப்படி மேடம்?''

"பொதுவா நீங்க குழந்தையோட அசைவுகள் உணர 15ல இருந்து 24 வாரம் வரை ஆகும்...அதுவும் quickening movements அப்டினு தான் சொல்லுவோம்...ரொம்ப மெலிசான அசைவுகள் தான்...சிலர்க்கு தெரியும்...சிலருக்கு தெரியாது...அதுலயும் நான் கர்ப்பமா இருக்குறேன் அப்படின்ற உணர்வுல இருக்குற பெண்களுக்கு வயித்துல பாப்பா இருக்குனு பீல் இருந்துட்டே இருக்கும்...உங்க மனைவிக்கு அப்டி இல்லையே...அவங்க கர்ப்பம்னு அவங்க நினைக்கல...சோ அவங்க அதெல்லாம் பெருசா கவனிச்சுருக்க மாட்டாங்க....அது தப்பும் இல்ல..."

"சரிங்க மேடம்.." என்று எழிலன் சொல்ல,

"அவங்க ஹெல்த்தியா தான் இருக்குறாங்க...இருந்தாலும் எப்போவும் பேறு காலத்துல கொடுக்கவேண்டிய சில சத்து மாத்திரைகள் மட்டும் எழுதித்தரேன்....ஏழாவது மாசம் அடுத்த செக்அப் வாங்க...அப்போ வரும்போது ஒரு full ஸ்கேன் மட்டும் எடுத்துட்டு வாங்க..." என்று சொல்ல இருவரும் புன்னகை முகமாய் வெளியேறினர்.

காவ்யாவிற்கு தேவையான மருந்தை வாங்கியவன், வண்டியை எடுக்க, அவளுக்கு பயமும் படபடப்பும் அதிகரித்திருந்தது. எழிலன் இன்னும் அவளிடம் எதுவுமே பேசாமல் இருக்க,

"வீட்ல என்னங்க சொல்றது..." என்றாள் அவன் பின்னே ஏறி அமர்ந்தபடி.

"உண்மைய தான் சொல்லணும்...ஏறு பாத்துக்கலாம்..." என்று ஒரு பெருமூச்சுடன் சொல்ல, காவ்யா மனது சத்தமில்லாமல் அழுதது. அவர்கள் முதல் குழந்தையை வரவேற்ற விதமும் இரண்டாம் குழந்தையை வரவேற்கும் விதமும் எத்தனை வித்தியாசமாக இருக்கிறது என்றே யோசித்தாள். ஆதர்ஷ்க்கு அவள் கரு தரித்தபோதும் அழுதாள் தான், ஆனால் எழிலன் அவளை கட்டிக்கொண்டான், வளர்மதி அவளுக்கு சக்கரை கொண்டு வந்து வாயில் போட்டார், ராஜேஷ் அலைபேசி எடுத்து எல்லோருக்கும் தம்பட்டம் அடித்தார், ஆதித்யா தனது நண்பர்களுக்கெல்லாம் ட்ரீட் கொடுத்தான். ஆனால் இன்று இரண்டாம் குழந்தைக்கு எழிலனின் பெருமூச்சு மட்டுமே பரிசாக கிடைத்தது. இன்னும் வீட்டில் என்னவெல்லாம் பார்க்கப்போகிறோமோ என்ற அச்சம் மனதிற்குள் பரவ, அதற்குமேல்

எதுவும் அவர்கள் இருவரும் பேசிக்கொள்ளவில்லை.

வீடு வந்து சேர்ந்ததும்,

''தலை வலிக்குது காவ்யா...காபி கலக்குறியா...'' என்று தான் முதலில் கேட்டான் எழிலன்.

''ஹ்ம்ம் டிரஸ் மாத்திட்டு வரேன்...5 மினிட்ஸ்...'' என்று உள்ளே நுழைந்துகொள்ள, வளர்மதி அவனைத் தான் கேள்வியாக ஏறிட்டார்.

''என்னடா ஆச்சு...போகும்போது நல்லா தான போன...'' என்று கேட்க, வீட்டில் ராஜேஷ் இல்லை. அவருக்கு பதில் சொல்லாமல் அமைதியாகவே இருந்தவன், காவ்யா வரும்வரை காத்திருந்தான் விஷயத்தை சொல்லவதற்கு. காவ்யா அவனுக்கும் வளர்மதிக்கும் சேர்த்தே காபி எடுத்துவர, ஆதர்ஷ் அன்னையின் மடிக்கு தாவியிருந்தான். காபியை வாங்கி குடித்துக்கொண்டே,

''ம்மா...காவ்யா கன்ஸீவா இருக்குறா...'' என்றான். அவன் சொன்னதில் காபியை குடிப்பதை நிறுத்தியவர், அவசரமாக அவனையும் காவ்யாவையும் மாறி மாறி பார்க்க,

''என்னமா சொல்றான்??நிஜமாவா...'' என்று அவரது குரலில் அதிர்ச்சி மட்டுமே இருந்தது. சந்தோஷம் துளியளவும் இல்லை என்பது இருவருக்குமே அப்பட்டமாக தெரிய,

''ஆமா த்த...ஐஞ்சு மாசம்...'' என்றதும் இன்னும் தூக்கிவாரிப்போட்டது வளர்மதிக்கு.

''ஐஞ்சு மாசமா...என்னடா சொல்றா....ஒன்னுமே சொல்லல நீங்க ரெண்டு பேரும்...''

''இல்ல த்த...எங்களுக்கே இன்னைக்கு தான் தெரியும்...வயிறு பெருசா இருக்குனு தான் செக் பண்ணுனோம்...டாக்டர் பாத்துட்டு ஐஞ்சு மாசம்னு சொன்னாங்க..'' என்றதில் வீட்டில் அமைதி மட்டுமே நிலவியது. அதற்கு மேல் அந்த அமைதியான சூழலில் இருக்கப் பிடிக்காமல் காவ்யா தனது மகனைத் தூக்கிக்கொண்டு படுக்கையறைக்குள் சென்றுவிட,

''என்னடா திடிர்னு வந்து இப்டி சொல்றீங்க...'' என்றார் மெதுவாக.

''சமாளிக்கணும்...வேற என்ன பண்றது...'' என்று மட்டுமே சொன்னான். அதன் பிறகு அவன் வேறு எதுவும் பேசவில்லை. எழிலனுக்கு வீட்டில் இருப்பது சற்றே அழுத்தமாக இருக்க, அரை நாள் விடுமுறை எடுத்தது போதும் என்று நினைத்து மதியம்

கல்லூரிக்கு சென்றுவிட்டான். காவ்யா தனது அறைக்குள்ளயே படுத்துவிட, அவளுக்கு ஏகப்பட்ட எண்ணங்கள் மனதில் ஓடிக்கொண்டிருந்தது.

"அதுக்குள்ள இன்னொரு குழந்தையானு சொல்லுவாங்களோ...அடக்கம் இல்லாம அலைஞ்சுருக்கானு சொல்லுவாங்களோ..." என்று மனதில் சுமை ஏற, ஆதர்ஷை தூங்க வைத்தவள் அறையை விட்டு வெளியே வரவில்லை. எழிலனும் துணைக்கு இல்லாமல் போக, அவளுக்கு சங்கடமாகிப்போனது.

மதியம் போல ராஜேஷ் வீட்டிற்கு வர, வளர்மதி அவரிடம் விஷயத்தை கூறியிருந்தார். முதலில் அதிர்ச்சியானாலும், "சரி பெத்துக்கட்டும்..." என்று சொல்லிவிட்டார்.

"என்னங்க இப்டி சொல்றீங்க..." என்று வளர்மதி ஏதோ கூறுவர,

"நல்லதும் சொல்லாத...கெட்டதும் சொல்லாத...குழந்தை பிறந்தா பிறக்கட்டும்...நம்ம எதுவும் சொல்லக்கூடாது..." என்று கண்டிப்போடு பேச்சை முடித்துவைத்தார்.

வீட்டில் அனைவருக்கும் காவ்யா கர்ப்பமானாள் என்ற செய்தியை விட , அவளுக்கு இப்போது ஐந்து மாதம் என்ற செய்தி தான் அதிர்ச்சியாக இருந்தது. அதாவது இந்த குழந்தையை பெற்றே ஆகவேண்டும் என்ற நிர்பந்தம் தான் அவர்களுக்கு ஏற்றுக்கொள்வதற்கு கடினமாக இருந்தது. ஒருவேளை முன்னமே தெரிந்திருந்தால், அவர்கள் வேண்டுமா வேண்டாமா என்று குடும்பமாக முடிவு செய்திருப்பார்கள். ஒரு வேளை குழந்தை பெற்றுக்கொள்ளலாம் என்று முடிவெடுத்திருந்தாலும் அது குடும்பமாக அனுமதித்து பெற்றுக்கொண்டது போல இருந்திருக்கும். ஆனால் இப்போது எதுவுமே செய்யமுடியாது போக, வளர்மதிக்கு முகத்தில் அத்தனை அதிருப்தி குடியிருந்தது.

காவ்யாவின் வீட்டிற்கு கூட பெரியவராய் அவர் தகவல் சொல்லாமல்,

"உன் வீட்டிக்கு போன் பண்ணி சொல்லு காவ்யா..." என்று வளர்மதி சொன்னது ஏனோ, "உன் லட்சணத்தை நீயே உன் வீட்ல சொல்லு.." என்ற தொனியில் தான் சொன்னதாக தோன்றியது. பல்லைக் கடித்துக் கொண்டு எதையும் பேசாமல், அமைதியாக அறைக்குள் நுழைந்தவள் தன் அன்னைக்கு அழைத்துச் சொல்ல,

"என்னது குழந்தையா???எத்தனை நாள் ஆகுது...டாக்டர்கிட்ட போனியா.." என்று தான் அதிர்ச்சியாக கேட்டார்.

"ஐஞ்சு மாசம் ம்மா...எனக்கு எதுவுமே வித்தியாசமா தெர்ல...டௌட்டா இருக்குன்னு போய் பாத்தோம்...ஒண்ணுமே புரியலம்மா...அபார்ட் பண்ண தான் கூட்டிட்டு போனாரு...ஆனா முடியாதுனு சொல்லிட்டாங்க..." என்று சொல்லும்போதே அழுதுவிட்டாள்.

"என்னடி சொல்ற..." என்று மிதமிஞ்சிய அதிர்ச்சியில் இருந்தார் சுமதி. கர்ப்பமாக இருக்கிறாள் என்பது செய்தி என்றாலும் உடனே அபார்சன் என்றதும் தனது மகளுக்கு எதுவும் ஆகிவிடுமோ என்று தான் பயந்துபோனார். அவள் தந்தை அருகில் இருந்தபடியே, "பிள்ளையை பெத்துகிறது தான் ஈசி...பெத்துக்க சொல்லு...பாத்துக்கலாம்..." என்று சொல்ல அதுவும் அவள் காதில் விழுந்தது. கண்ணீரோடு பேசிவிட்டு வைக்க, அன்று முழுவதும் அவசியம் என்றால் மட்டுமே காவ்யா அறையை விட்டு வெளியே வந்தாள்.

எழிலன் வழமை போல் மாலையில் வீடு திரும்பியிருக்க, அன்று இரவு உணவு எந்தவிதமான சம்பாஷணைகளும் இல்லாமல் தான் கடந்தது. இரவு படுக்கைக்கு வர, காவ்யா குழந்தையை தட்டிக்கொடுத்தபடி படுத்திருந்தாள். அவள் யாரோடும் பேசவில்லை என்று கவனித்தவன், அவள் பக்கமாய் திரும்ப, அப்போதும் அவள் அழுதபடி குழந்தையை அணைத்துக்கொண்டு படுத்திருந்தாள். ஆதர்ஷ் தூங்கியிருக்க,

"அழுறியா??" என்று தான் அவளை கேட்டான். அவள் எந்த பதிலும் பேசாமல் இருக்க, அவள் கண்களை பின்னிருந்தே துடைத்துவிட, அவன் புறம் திரும்பி அவன் நெஞ்சில் சாய்ந்து அழுதிருந்தாள்.

"அழாதடி..." என்று அவளை எழுப்பி தன் அருகே அமரச்சொல்ல,

"எனக்கு நிஜமா தெரியாதுங்க...வேணும்னு ஆசைப்பட்டேன்...ஆனா இவ்ளோ சீக்கிரம் நானும் எதிர்பாக்கல..." என்று அவனை கட்டிக்கொண்டு அழ,

''காவ்யா....காவ்வ்வ்யா...'' என்று அவளை நிமிர்த்த, அன்று முழுவதும் அழுதிருந்ததில் அவள் முகமே சிவந்துபோயிருந்தது.

''அழாத....இந்த மாதிரி நேரத்துல அழக்கூடாது...ஒரு குழந்தை போதும்னு தான் நெனச்சேன்...இப்போ நமக்கு ரெண்டு குழந்தைனு மனச மாத்திக்கிட்டேன்.....நீ இவ்ளோ கஷ்டபடாத...'' என்று அவள் முகத்தை கையில் ஏந்தி கண்ணீரை துடைக்க,

''பயமா இருக்குங்க...இதுகூட தெரியாம இவ்ளோ நாள் இருந்தியான்னு எல்லாரும் கிண்டல் பண்ணுவாங்களா...எனக்கு சத்தியமா எதுவுமே தெரியலையே...'' என்று சொன்னாள் மனதில் ஏதேதோ யோசித்து.

''நான் இருக்கிறேன்ல....அழாத...'' என்று அவளை கட்டிக்கொண்டவன், அவள் இதழில் அழுத்தமாய் தன் இதழை பதித்து எடுக்க, அவள் அழுகை சற்று குறைந்து விம்மல் மட்டும் இருந்தது. அவளை இன்னும் அணைத்தபடியே அமர்ந்தவன், மறுபடியும் அவள் இதழில் மெலிதாய் இதழ் பதித்துவிட்டு,

''இப்டி தாண்டி நீ என்ன கெடுக்குற...'' என்று சிரிக்க, அவளும் அவன் பேச்சில் அழுதபடி புன்னகைத்தாள்.

''எப்போடி மிஸ்டேக் பண்ணோம்...எனக்கு நியாபகமே இல்ல....'' என்று கேட்க

''அது...நான் தம்பிய இங்க கூட்டிட்டு வந்த புதுசுல...'' என்று இழுத்தாள்.

ஆம், குழந்தை பிறந்து ஐந்து மாதம் தன் பிறந்தவீட்டில் இருந்தவள் அதன் பின் புக்ககம் திரும்ப, பிரசவம் காலம் முடிந்து குழந்தை பேறு என்று மொத்தமாய் மனைவியிடம் இருந்து தூரம் இருந்தவன், அவள் வீடு திரும்பியதும் அவளை நாட, வெகுநாட்கள் பிரிந்திருந்த ஏக்கம் இருவரையும் தடுமாறச்செய்து இப்போது வயிற்றில் சிசுவாய் வளர்ந்துகொண்டிருக்கிறது. எழிலன் அன்று தடுமாறியதால் அதன் பின் வெகு கவனமாய் இருந்தான் என்றாலும் அன்றே விதைத்துவிட்டான் என்று இருவருக்குமே தெரியவில்லை.

8

தான் எதிர்கொண்ட அதிர்ச்சிகள், வீட்டில் நடந்த குழப்பங்கள் எல்லாம் மறந்து எழிலனின் மார்பில் சாய்ந்து தூங்க முயற்சி செய்தாள் காவ்யா. இன்னும் நான்கு மாதங்கள் சிசுவை வயிற்றில் சுமந்து

என்னவெல்லாம் சந்திக்க நேரிடுமோ என்ற பயம் அவள் மனதில் இருந்தாலும், இருட்டுக்குள் சிறு வெளிச்சமாய் கணவனின் ஆதரவு கிடைக்க, எப்போது தூங்கினாள் என்று அவளுக்கே தெரியாது.
அடுத்த நான்கு மாதங்களுக்கு அவள் சந்திக்கவேண்டிய இன்னல்கள் எல்லாம் அடுத்த நாளின் விடியலில் இருந்தே துவங்கிவிட்டது.
காலையில் எப்போதும் போல எழுந்தவள் வேலையில் தன்னை நுழைத்துக்கொண்டாலும், இப்போது கர்ப்பமாக இருக்கிற விஷயம் தெரிந்ததால், எதையும் வேகமாய் செய்யாமல் சற்றே கவனமாக செய்ய, வேலைகள் எல்லாம் தாமதமாகியது. இரண்டு மூன்று நாட்களுக்கு ஒன்றும் தெரியவில்லை ஆனால் அதன் பின் வீட்டில் முணுமுணுப்புகள் ஆரம்பித்திருந்தது.
''சீக்கிரம் செய்ய முடியலைன்னா சீக்கிரம் எழுந்துருக்கலாம்ல காவ்யா...'' என்று வளர்மதி சொல்லிக் காண்பிக்க,
''முடியலைன்னா வேலைக்கு ஆள் போட்டுக்கோ காவ்யா...கஷ்டப்படாத...'' என்றான் எழிலன். இதுவரை வீட்டு வேலைகள் எல்லாம் அவளே தான் செய்கிறாள் என்று எல்லோருக்குமே தெரியும். ஆதர்ஷ் பிறந்தபின் குழந்தையை பார்த்துக்கொள்கிறேன் என்ற சாக்கில் வளர்மதி ஒரு இடத்தில் அமர்ந்துகொள்கிறார் என்றாலும் இதுநாள் வரை அது தவறாகவும் கஷ்டமாகவும் தெரியவில்லை. ஆனால் இப்போது அவளுக்கு சற்று உதவினால் தேவலாம் என்று தோன்றியது, எல்லாமே மனதில் உதித்த சிறு பச்சாதாபம் மட்டுமே மற்றபடி வேலைகளை எல்லாம் அவள் தான் செய்தாள். நல்லவேளையாக பிரசவகால சிரமங்கள் என வாந்தி மயக்கம் என்று வந்து அவள் படுக்கவில்லை. வேலைக்கும் அவளால் போய்வர முடிந்தது. வளர்மதியின் முணுமுணுப்புகள் தான் சற்று அதிகப்படியாகியிருந்தது.
''இத்தனை நாள் தெரியாம இருக்குமா???''
''ஏற்கனவே பிள்ளை பெத்தவளுக்கு இந்த வித்தியாசம் கூடவா தெரியாது??''
''படிப்பறிவு இல்லாதவங்க கூட ஜாக்கிரதையா இருப்பாங்க...ஆனா இவ எப்படி இப்டி அசால்ட்டா இருந்தானு தெரியல...''
''ஆம்பளைங்க அப்படி இப்டி தான் இருப்பாங்க...பொம்பள இவதான பொறுப்பா இருக்கனும்..கைல ஒரு புள்ள இருக்குனு

தெரியவேண்டாம்..."
"அப்டி என்ன சுகம் கேக்குது...கைல ஒரு பச்சபுள்ளய வச்சுக்கிட்டு..." என்று எத்தனையோ பேச்சுக்கள் ஜாடை மாடையாக, நேரடியாக, அல்லது அலைபேசியில் உறவுகளோடு அல்லது அக்கம்பக்கத்தில் இருக்கும் பெருசுகளோடு என்று அவர் பேசியதை எல்லாம் பல்லை கடித்துக்கொண்டு தான் பொறுத்துக்கொண்டாள். ஆனால் அன்று அவளால் அமைதியாக இருக்கமுடியவில்லை. வீட்டிற்கு சோர்ந்துபோய் வந்தவளிடம் அனுசரணையாக பேசாவிட்டாலும் பரவாயில்லை அமைதியாகவாது அவர் இருந்திருக்கலாம். அவளது முகத்தை பார்த்தவர்,
"எவ்ளோ சோர்வா இருக்குற காவ்யா...ப்ச்.. பிள்ளைய வச்சுட்டு கஷ்டம் தான்...முன்னமே தெரிஞ்சுருந்தா கலைக்க சொல்லிருப்பேன்..." என்று அவர் சொல்லி முடிப்பதற்குள், அவசரமாய் வயிற்றில் கையை வைத்து தன் சிசுவை தாங்கியவள்,
"அத்த...என்ன பேசுறீங்க...முப்பது நாள் இல்ல...மூணே நாள்ல தெரிஞ்சுருந்தாலும் நான் கண்டிப்பா சம்மதிச்சுருக்க மாட்டேன்...இனிமே இப்டி பேசாதீங்க..." என்று சற்றே கோபமாக சொல்லிவிட்டு அறைக்குள் சென்றுவிட்டாள். தாயையும் தாரத்தையும் பெருமூச்சுடன் எழிலன் பார்க்க,
"அவ கஷ்டப்படுறானு தானடா சொன்னேன்...என்ன இப்டி பேசிட்டு போறா..." என்று மகனிடம் சொல்ல,
"பேச்ச விடுங்கம்மா..." என்று அவனும் எழுந்து அறைக்குள் சென்றுவிட்டான்.
அடுத்த சில நாட்களில் வேறு விதமான இம்சை ஆரம்பித்திருந்தது.
"ஆனது தான் ஆச்சு...பொம்பளை புள்ளையா பிறக்கட்டும்னு வேண்டிக்கோ காவ்யா...ஆஸ்திக்கு ஒரு புள்ள...ஆசைக்கு ஒரு பொண்ணுன்னு இருக்கட்டும்...பொம்பளப்புள்ள பிறந்தா காணிக்கை போடுறேன்னு வேண்டிக்கோ..." என்று சொல்ல, காவ்யா உண்மையில் கொதித்துப் போனாள். நிச்சயம் இதற்கு பதில் சொல்லாமல் இருக்கமுடியாது என்று நினைத்தவள்,
"எதுக்கு அத்தை வேண்டணும்??? கன்ஸீவா இருக்குறேன்னு தெரிஞ்சதுமே கலச்சுரலாம்னு தான கூட்டிட்டு போனாரு...அப்புறம் எந்த பிள்ளை பிறந்தா என்ன???" என்றாள் எழிலனையும் நக்கலாக

பார்த்தபடி. அவன் எதுவும் பேசாமல் உணவில் கவனமாக இருக்க,
''நம்ம வேண்டுறதை வேண்டலாம்ல...நம்ம குடும்பத்துல பொம்பளப்புள்ளயே இல்லையே...'' என்று வளர்மதி இழுத்தார்.
''எதுக்கு அத்தை வேண்டணும்?? ஆதர்ஷ் ஒரு புள்ளையா இருக்குறான்; இன்னொரு குழந்தை பெத்துக்கலாம்னு சொன்னப்போ எல்லாம் 'வேண்டாம் ஒன்னு போதும்'னு தான எல்லாரும் சொன்னீங்க...எனக்கு இன்னொரு குழந்தை வேணும் தான்...அதுவும் பெண் பிள்ளை வேணும் தான்...ஆனா நான் வேண்ட மாட்டேன்...நான் வேண்டுறதுக்கு முன்னமே என் வயித்துல குழந்தையை கொடுத்த கடவுளுக்கு அது என்ன குழந்தையா கொடுக்கணும்னு தெரியாதா...இந்த குடும்பத்துக்கு இன்னொரு குழந்தை கொடுக்கணும்னு நினைச்ச கடவுளுக்கு என்ன குழந்தை கொடுக்கணும்னும் தெரியும்...நமக்கு தான் இந்த குழந்தை அவசியமில்லாத நேரத்துல அவசியமில்லாம வந்துபோச்சு...ஆனா கடவுளுக்கு அப்டி இல்லையே...கடவுள் தப்பு செய்ய வாய்ப்பில்லையே...அப்போ எந்த குழந்தை வந்தாலும் ஓகே தான்...எனக்கு என் புள்ள ஆரோக்கியமா பிறந்தா போதும்....'' என்று முடித்துக்கொண்டு அறைக்குள் சென்று படுத்துவிட,

''உன் பொண்டாட்டிகிட்ட பேசவே முடியாதுடா...அவ நல்லதுக்கு சொன்னாகூட கோச்சுக்குறா...'' என்று எழிலனிடம் தான் சொன்னார்.
அன்னையின் பேச்சுக்கு எந்த பதிலும் சொல்லாதவன், அறைக்குள் வர, ஆதர்ஷ் தூங்கியிருந்தான். காவ்யா படுக்க முடியாமல் அமர்ந்தபடி காலை நீட்டி, தொடையில் இருந்து காலை நீவியபடி அமர்ந்திருந்தாள்.
''கால் வலிக்குதா...'' என்று கேட்க, அவள் எதுவும் பேசவில்லை. அவளது கால் விரல்களுக்கு அவளே சுடக்கு எடுப்பதற்கு முயற்சி செய்ய எக்கி கால் விரல்களை பிடிக்க முடியவில்லை. மேடிட்ட வயிறு இடிக்க, ''ப்ச்...'' என்று உச்சுக்கொட்டினாள்.
கட்டிலில் அவள் கால் பக்கமாய் அவளுக்கு எதிரே அமர்ந்தவன்,
''அவங்க மேல இருக்குற கோபத்தை என் மேல எதுக்கு காட்டுற...'' என்று அவள் கால் விரல்களில் சொடுக்கெடுக்க,
''ஸ்ஸ் ஆ...'' என்று வலியில் முகத்தை சுருக்கினாள்.

''விடுங்க...வலிக்குது...'' என்று அவனிடமிருந்து காலை உருவிக்கொள்ள முயற்சிக்க,

''அம்மாகிட்ட கொஞ்சம் பாத்து பேசு காவ்யா...'' என்று மென்மையான குரலில் சொல்லியபடி காலைப் பற்றியவன் இம்முறை மெதுவாக சுடக்கெடுத்தான்.

''உங்க அம்மாகிட்டயும் இப்டி சொன்னீங்களா???'' என்று கேட்க, அவளை பொறுமையாக கூர்ந்து பார்த்தவன் பதில் எதுவும் சொல்லாமல் இருக்க,

''அவங்களுக்கு சொல்லும்போது எனக்கும் சொல்லுங்க...எனக்கு மட்டும் சொல்லவேண்டாம்...'' என்று காலை அவனிடமிருந்து விடுவித்தவள், அமைதியாக படுத்துக்கொள்ள, ஒரு பெருமூச்சுடன் அவளை அணைத்தபடி படுத்துக் கொண்டான். வயிற்றிலிருந்த அவன் சிசு அவனை மென்மையாக தொட்டுச்சென்றது. அதில் மனது சிறிது லேசாக, அது தொட்டுச்சென்ற இடத்தையே வருடிக்கொடுக்க, சிறிது நேரம் கழித்து ஒன்றும் தெரியவில்லை. ஒரு கையால் வயிற்றை வருடியபடி, இன்னொரு கையால் அவள் தலையை வருடிவிட்டவன் எப்போது தூங்கினான் என்று அவனுக்கே தெரியாது.

அன்றைய பிரச்சனை அத்தோடு முடிந்துவிட, வளர்மதி இப்போதெல்லாம் காவ்யாவிடம் பேச்சை குறைத்திருந்தார். ஏழாவது மாதம் தொடங்கிவிட, ஸ்கேன் எடுப்பதற்கு கிளம்பினார்கள். பிள்ளை இப்போது வயிற்றில் நன்றாகவே வளர்ந்திருக்க, இம்முறை எல்லாவற்றையும் நன்றாக பரிசோதித்துவிட்டு வீடு வந்து சேர, பஞ்சாயத்தை வேறு விதமாய் கூட்டியிருந்தார் வளர்மதி.

காவ்யாவும் எழிலனும் தெருவிற்குள் நுழையும்போதே ராஜேஷும் வளர்மதியும் காரசாரமாக விவாதிக்கொண்டிருக்க, இவர்கள் வண்டி சத்தம் கேட்டதும் பேச்சு நின்றது. வண்டியை நிறுத்திவிட்டு உள்ளே நுழைய,

''என்னப்பா சத்தம் வெளிய வர கேக்குது...அப்டி என்ன பேசிக்குறீங்க...'' என்று எழிலன் கேட்க,

''உன் அம்மாளுக்கு வேற வேலை என்ன இருக்கு...வீட்ல வெட்டியா உக்காந்துட்டுக்கு இருக்குறாளா...அதான் திங்குற சோறு செரிக்க மாட்டேங்குது...'' என்றார் கோபமாக.

''என்னமா ஆச்சு...'' என்று எழிலன் கேட்க

''ஒன்னுமில்லடா...ஆதி கல்யாணத்த பத்தி பேச்செடுத்தேன்...அதுக்கு என்னமோ என்னய இப்டி பேசுறாரு...நான்னாலே உங்கப்பாக்கு இலக்காரம் தான்...''
''அதுக்கென்ன..எல்லாம் தான் பேசி வச்சாச்சுல...நீங்க தான் கொஞ்ச நாள் ஆகட்டும்னு அருண் கல்யாணத்தை ஒட்டி சொன்னீங்க...'' என்று எழிலன் கேட்க
''இப்போவே நிச்சயம் வச்சுக்கலாம்னு நிக்குறா டா...ஒரு மாசத்துல கல்யாணம் பண்ணனும்னு குதிக்குறா...'' என்று ராஜேஷ் எகிற
''எதுக்குமா அவ்ளோ அவசரம்...'' என்றான் எழிலன்.
''என்னடா கேள்வி இது?? உன் பொண்டாட்டி மாசமா இருக்குறால்ல??''
''இவ மாசமா இருக்குறதுக்கும் அவன் கல்யாணத்துக்கும் என்ன சம்பந்தம்??''
''என்னடா நீயும் புரியாம பேசுற...காவ்யாக்கு இப்போ ஏழாவது மாசம் நடக்குது...அவளுக்கு குழந்தை பிறக்குறதுக்குள்ள கல்யாணம் வச்சா தான் நல்லது...இல்லனா பிள்ளை பிறந்து தீட்டு கழிக்க ஐஞ்சு மாசம் ஆகும்...அதுக்கு அப்புறம் ஆடி மாசம் வந்திரும்....அப்டி இப்டினு ஒரு வருஷம் இழுத்துரும்...அவனுக்கும் வயசாகுதுல்ல...இப்போ இவ மாசமா இல்லைன்னா நம்ம ஒரு நாலு மாசம் கழிச்சுக்கூட கல்யாணம் வச்சுக்கலாம்...நல்லது கெட்டது பாத்து தானடா செய்ய முடியும்...அதுக்குமேல இது என்ன தலைப்பிரசவமா?? அவங்க அம்மா வீட்டுக்கு போறதுக்கு??? இங்க நம்ம தான பாக்கணும்...அதுக்கும் ஹாஸ்பிடல் செலவு எல்லாம் ரெடி பண்ணனும்ல...உன் பொண்டாட்டிய தர்மாசுபத்திரில வச்சா பாப்ப...அப்போ எல்லாம் பாத்து தான செய்யணும்...'' என்று அவர் பேசியதில் காவ்யா பேச்சற்றுப்போனாள். ஆதித்யா தீபா திருமணத்திற்கும் இப்போது அவளது பிள்ளை தான் தடைபோலும் என்கிற நிலையில் வளர்மதி அவளை நிறுத்தியிருந்தார்.
அன்று இரவே எழிலன் காவ்யாவிடம் இது பற்றி பேசவேண்டும் என்று எண்ணிக்கொண்டான். இப்போதெல்லாம் காவ்யா யாரிடமும் பேசுவதில்லை. உடலளவிலும் மனதளவிலும் அதிகமாய் சோர்ந்து போய்விட்டாள். பிரசவகால சோர்வுகள் வேறு சேர்ந்துக்கொண்டதில் மெலிந்தும் போனாள். அவள் சிரித்துப்பேசும் ஒரே ஜீவன் ஆதர்ஷ்

மட்டுமே. எழிலனும் எத்தனையோ அவளை தாங்கிப் பார்த்துவிட்டான் ஆனால் அவள் அவனை மன்னிப்பதாக இல்லை. இப்படி முறுக்கிக்கொண்டு நிற்பவளிடம் என்ன பேசுவது என்று யோசித்தபடியே படுக்காமல் அமர்ந்திருக்க, காவ்யாவும் தூங்காமல் தான் படுத்திருந்தாள். இன்று கேட்ட திருவாசகங்களை எல்லாம் அவள் ஜீரணிக்க சில மணி நேரம் ஆகும் இல்லையா?

''காவ்யா...நீ என்ன முடிவு பண்ணிருக்குற...'' என்று படுத்திருந்தவள் முதுகைப்பார்த்து கேட்க

''என்ன முடிவு?'' என்று மொட்டையாக கேட்டாள். அவன் எதைப்பற்றி கேட்கிறான் என்றே புரியவில்லை.

''டெலிவெரிக்கு நீ இங்க இருக்குறியா?? உனக்கு சம்மதமா??உங்க அம்மாவை இங்க கூப்டுக்கலாம்ல...ஆதர்ஷ் வீட்டுல இருந்துப்பான்...ஹாஸ்பிடல்ல ரெண்டு மூணு ஆகும்ல...நானும் அத்தையும் உன்கூட இருந்தாக்கூட தம்பி அம்மாகூட இருந்துப்பான்...வீட்டுக்கு கூட்டிட்டு வந்ததுக்கு அப்புறம் பெரியவங்க எல்லாரும் இருப்பாங்க...ரெண்டு பசங்களையும் பாத்துக்கலாம்ல....அதான் கேக்குறேன்...''

''இங்க இருந்தா பிள்ளைங்கள எல்லாரும் பாத்துப்பீங்க...ஆனா என்ன பாத்துக்கணும்னா நான் என் அம்மா வீட்டுக்கு தான் போனும்...எனக்கு என்னோட உடம்பு ரொம்ப முக்கியம்...ஒரு மாசமாச்சும் என் அம்மா வீட்டுல இருந்தா தான் என் உடம்பு தேறும்...உங்க அம்மாக்கு என்ன பக்குவம் தெரியும்?? அவங்க எத்தனை பிரசவம் பாத்துருக்காங்க....நான் ஆதர்ஷ் என் கூட்டிட்டு டெலிவரிக்கு எங்க அம்மா வீட்டுக்கே போய்க்கிறேன்...உங்க அம்மாக்கு சிரமம் வேணாம்...'' என்று முடித்துக்கொண்டாள்.

''செலவெல்லாம் நான் பாத்துக்கிறேன் காவ்யா...மாமாகிட்ட நாளைக்கு பேசிடுறேன்...சரியா?''

''எனக்கு எங்க பேங்க்ல இன்சூரன்ஸ் இருக்கு...அதுவே போதும்...'' என்று சொன்னவள் அதற்கு மேல் பேச ஒன்றுமில்லை என்பது போல மகனோடு ஒன்றி படுத்துக்கொண்டாள் கணவனை திரும்பிப்பார்க்கும் நோக்கம்கூட இல்லாது.

9

எழிலன் அடுத்த நாள் காலையில் காவ்யாவின் விருப்பம் பற்றி பெற்றோரிடம் சொல்ல,

''அதுவும் நல்லது தான்டா...'' என்ற ஒரே வார்த்தையில் முடித்துக்கொண்டார் வளர்மதி. இங்கே இருந்தால் அவளோடு சேர்ந்து பிள்ளைகள் சம்மந்தி என்று எல்லோருக்கும் அவர் தான் வேலை பார்க்கவேண்டும். அவர் உண்மையில் வீட்டு வேலைகள் செய்வதை நிறுத்தி சில வருடங்கள் ஆனதால், காவ்யா பிள்ளைபெற்று வீட்டில் இருந்தால் அவரால் நிச்சயம் எந்த உதவியும் செய்ய முடியாது. அவருக்கே அவரது வேலைகளில் உதவ ஒருவர் தேவைப்படும்போது நிச்சயம் அவளை இங்கே வைத்து பார்ப்பது கடமை என்ற உணர்வில் மட்டும் தான் இருக்குமேயன்றி அவளை அத்தனை கவனமாக பார்த்துக்கொள்ள அவரால் முடியாது என்பதை அவர் உணர்ந்திருந்தார். அதோடு அவளை வீட்டில் வைத்துக்கொண்டு திருமண காரியங்களை எல்லாம் பார்க்கமுடியாது என்று வேறு நினைத்தார். ஆம், அவர் முடிவு செய்துவிட்டாரே திருமணத்தை சீக்கிரம் வைக்கவேண்டும் என்று. இனி, வீட்டில் உள்ள எல்லோரும் அதற்கு தலையை ஆட்டியே தீரவேண்டும், காவ்யாவின் குடும்பம் உட்பட.

அன்று மாலை எழிலன் புது செய்தியோடு வந்திருந்தான். அவனது PhD முடியப்போவதாகவும் கூடிய சீக்கிரம் அடுத்த நிலைக்கு செல்லப்போவதாகவும் சொல்ல, வீட்டில் எல்லோரும் மகிழ்ந்தனர். காவ்யாவிற்கு கூட சற்றே நிம்மதி கலந்த சந்தோஷம் தான். கிட்டத்தட்ட ஐந்து வருடங்களாய் PhD பண்ணிக்கொண்டிருக்கிறான் என்றாலும் இப்போது இரண்டு குழந்தைகள் வைத்துக்கொண்டு அவன் கஷ்டப்படுவான் என்றே தோன்றியது. அறைக்குள் வந்தவன், காவ்யாவிடம் ஒரு பொட்டலத்தை கவனமாக எடுத்து கொடுக்க,

''என்னது?'' என்றாள் குழந்தையை சரியாக படுக்கவைத்தபடி.

''உனக்கு தான்....'' என்று சொல்ல, அதை பிரித்து பார்த்தவளுக்கு கண்ணாடி வளையல்கள் என்றதும் கண்கள் கலங்கிவிட்டது.

''ஆதர்ஷ்க்கு ஏழாவது மாசம் போட்டோம்ல...அதான் வாங்கிட்டு வந்தேன்...'' என்று அவன் இயல்பாக சொல்ல, அவள் மனது இரண்டு குழந்தைகளுக்கும் உள்ள வித்தியாசத்தை அலசிப்பார்த்தது. ஊரையே கூட்டி ஏழு வகை சாப்பாடு செய்து வளையல் பூட்டி அவளை

அலங்கரித்து வளைகாப்பு நடத்தினர் இரண்டு வீட்டு சொந்தங்களும் சேர்ந்து. ஆனால் இந்த குழந்தைக்கு என்ன நிலைமை என்று யோசித்தவள் அமைதியாக இருந்தாள்.

"வளையல் போட்டா குழந்தைக்கு நல்லது தான...வளைகாப்பு வைப்பாங்களான்னு தெர்ல....அதான் நானே வாங்கிட்டு வந்தேன்..." என்று அதை அவள் கையில் இருந்து வாங்கியவன் அவளுக்கு இரண்டு கைகளிலும் சிகப்பு மற்றும் பச்சை வளையல்களை அணிவித்து விட, அவனையே தான் பார்த்துக்கொண்டிருந்தாள். வளையல் அணிந்தபடி அவள் கைகளையே பார்த்தவன்,

"மனச சந்தோஷமா வச்சுக்கோ காவ்யா...இந்த குழந்தையும் முக்கியம்..." என்று வளையல்கள் மேல் விரலால் கோடு போட்டவன், அவளது கையை ஆட்டிப்பார்க்க, கண்ணாடி வளையலின் சத்தம் வந்தது.

"அபார்ட் பண்ணிடலாம்னு சொன்னீங்களே??...." என்று அவள் கேட்க, பதில் எதுவும் சொல்லாமல் எழுந்து சென்றவன் தனது PhD முடிப்பதற்கான வேலைகளில் அமர்ந்துவிட்டான். அவனையே வெறித்துப்பார்த்தவள் எதுவும் பேசாமல் தூங்கிப்போனாள்.

கிட்டத்தட்ட ஏழாவது மாதம் முடிந்து எட்டாவது மாதம் தொடங்கும் நேரம், கோவிலுக்கு சென்று வரலாம் என்று யோசித்தவள் ஞாயிறு அன்று செல்லலாம் என எழிலனிடம் கேட்டாள். எப்போதாவது தான் தன்னை அழைப்பாள் என்று தெரிந்தாலும், "நிறைய வேலை இருக்கு காவ்யா...நாளைக்கு ஒரு நாள் கொஞ்சம் லேட்டா எந்திரிக்கலாம்னு பாத்தேன்...நீயே போயிட்டு வர்றியா?" என்று கேட்டான்.

"சரி விடுங்க...நான் போகல..." என்று சொன்னதில், "சரி காலைல சீக்கிரம் எழுப்பு...போகலாம்.." என்று படுத்துகொண்டான்.

காலையில் அவள் எழுந்து வீட்டில் காலை உணவை எல்லாம் செய்துமுடித்து ஆதர்ஷை தயார்படுத்தி, அவளும் சென்று குளித்துமுடித்து கிளம்பும் வரை எழிலன் எழுந்துகொள்ளவே இல்லை. அவனை கடைசியாக எழுப்ப, எழுந்து ஹாலில் வந்து அமர்ந்தவன், ஆதர்ஷ் மற்றும் வளர்மதியோடு பேசியபடி, சோபாவில் படுத்துவிட்டான் உடல் அசதியில். கிளம்பி வெளியே வந்தவள் அவனைப் பார்க்க, சோபாவில் படுத்திருந்தான் நிம்மதியாக. ஒரு பெருமூச்சு விட்டவள் அறைக்குள் திரும்ப வர, கோபமா வெறுப்பா

என்று பிரித்தறிய முடியாத உணர்வில் சிக்குண்டவள், அமைதியாக வந்து படுக்கையில் படுத்துவிட்டாள்.

அசதியில் படுத்த எழிலன் திடீரென்று முழிப்பு வந்து எழுந்துகொள்ள, ஆதர்ஷ் தன் அன்னையுடன் விளையாடிக்கொண்டிருந்தான். காவ்யாவைக் காணவில்லை.

''காவ்யா எங்கம்மா...'' என்று பதறியடித்து எழுந்து மணி பார்க்க, இன்னும் ஒரு மணி நேரம் சென்றிருந்தது.

''அவ உள்ள தூங்குறா...நீ வெளிய தூங்குற...இதுக்கு உங்க ரெண்டு பேருக்கும் கோவில் ஒரு கேடு...ஒரு இடத்துக்கு போகணும்னா காலகாலத்துல போயிட்டு வரவேண்டாம்???...இனிமே எப்போ கிளம்பி எப்போ கோவிலுக்கு போயிட்டு வந்து எப்போ சமைக்குறது....'' என்று அவர் திட்ட,

''ப்ச்...அசதில தூங்கிட்டேன்...'' என்று அறைக்குள் அவசரமாக சென்று பார்க்க, காவ்யா நன்கு தூங்கிக்கொண்டிருந்தாள். பகலில் அப்படி தூங்கும் பழக்கம் எல்லாம் அவளுக்கு கிடையாது என்றாலும் ஒரு வேளை கர்ப்பமாக இருப்பதால் சோர்வாக இருக்கிறாளோ என்று அவளைத் தொட, மெதுவாக கண்களை திறந்து பார்த்தாள்.

''கிளம்பலாமா...ஐஞ்சு நிமிஷம் குளிச்சுட்டு வரேன்...'' என்று கேட்க

''வேண்டாம்...நான் கொஞ்ச நேரம் படுக்கிறேன்...தம்பிய பாத்துக்கோங்க...'' என்று சொல்லிவிட்டு மாறிப்படுத்துக்கொண்டாள். அவளை எழுப்பாமல் மதியம் உணவை வெளியில் வாங்கி வந்து வைக்க, சாப்பிடுவதற்கு தான் அவளை எழுப்பினான் எழிலன்.

''இவ்ளோ நேரம் பகல்ல தூக்கம் வந்தா நைட் எப்பிடிடா தூங்குவா??'' என்று வளர்மதி கேட்டபோதும்,

''நைட் சரியா தூங்குறதில்ல அவ...அதனால தான் பகல்ல தூங்குறா...அவளை தொந்தரவு பண்ணாதீங்க...'' என்று அன்னையின் பேச்சுக்கும் முற்றுப்புள்ளி வைத்திருந்தான்.

மதியம் சாப்பிடுவதற்கு அவளை எழுப்ப,

''எனக்கு...'' என்று அவனைப் பார்த்தவள், ''என்னால முடியல...எங்க அம்மா வீட்டுல என்ன விட்டுடுறீங்களா...'' என்று கேட்டுவிட்டாள்.

''என்ன செய்து காவ்யா??...டாக்டர் கிட்ட போகலாமா...'' என்று எழிலன் பதற

''இல்ல...ஒரு நேரம் நல்லா இருக்கு..ஒரு நேரம் ஒரு மாதிரி உடம்பு என்னவோ பண்ணுது...அதான்....எங்க வீட்ல என்ன விட்ருங்க ப்ளீஸ்....'' என்று சொல்ல, அதற்கு மேல் அவனால் அவளிடம் பேசமுடியவில்லை.

''இவ்ளோ சீக்கிரம் போகணுமா?'' என்றான்.

''இங்கயும் கல்யாண வேலை எல்லாம் இருக்கும்ல...'' என்று அவள் திரும்ப கேள்வி கேட்க, அவனால் எதுவும் பேசமுடியவில்லை.

அலுவலத்தில் பேசி விடுமுறை எடுத்துக்கொள்ள, அடுத்த வாரமே காவ்யா ஆதர்ஷை அழைத்துக்கொண்டு தன் தாய்வீட்டிற்கு சென்றுவிட்டாள். எழிலனுக்கு தான் கலவையான உணர்ச்சிகள் இருந்தது. மனைவியும் இல்லை மகனும் இல்லை என்று வீடே அவனுக்கு வெறுமையாக இருக்க, அவனது வேலைப்பளுவும் கூடிக்கொண்டே போனது. காவ்யா தன் தாய்வீடு சென்ற சில நாட்களிலேயே திருமண வேலைகள் ஜோராக ஆரம்பித்திருந்தது. அவளது எட்டாவது மாத முடிவில் திருமணத்திற்கு தேதி குறிக்கப்பட, இரண்டு வீடுகளிலும் கல்யாணவேலை களைகட்டியது.

ஏனோ காவ்யா எதிலும் கலந்துகொள்ளாமல் பார்வையாளராக மட்டுமே இருந்தாள். அவள் உடலும் அவளுக்கு ஒத்துழைக்கவில்லை என்பது வேறு கதை. இந்த திருமணம் சரி வருமா என யோசித்துக்கொள் என்று தீபாவிடம் ஓர் அளவிற்கு மேல் அவளால் சொல்ல முடியவில்லை. ஆதியும் அவளும் நேசிக்க ஆரம்பித்திருந்தனர் என்பது ஒரு காரணம், அவளை தடுத்தால், காவ்யா மேல் பொறாமை பழி வந்துவிடுமோ என்பது இரண்டாம் காரணம். 'உன் வீட்டுக்கு வந்தா அங்கேயும் நானே ராஜ்யம் பண்ணுவேன்னு பயப்படுறியா..' என்று தீபா கேட்டதில் அவளுக்கு அப்படி தான் தோன்றியது. அதற்கு மேல் அவள் விருப்பம் என்று ஒதுங்கிக்கொண்டாள். காவ்யாவின் தற்போதைய கவனம் வெளியே இருக்கும் ஆதர்ஷ் மேலும் உள்ளே இருக்கும் சிசுவின் மேலும் மட்டும் தான். எழிலன் என்பவனைக்கூட சுத்தமாக மறந்திருந்தாள், மறுத்திருந்தாள்.

காவ்யா மாசமாக இருப்பதால், குடும்பத்தின் அடுத்த மருமகளாக நித்யா தான் எல்லா வேலைகளும் செய்தாள். திருமணம் நல்லபடியாக முடிய, எல்லோரும் மண்டபத்தில் மதிய உணவினை முடித்து கிளம்பிக்கொண்டிருந்தனர். நான்கு மணி போல மண்டபத்தை காலி செய்யவேண்டும் என்று சொல்லப்பட்டிருக்க, அண்ணன் தம்பிகள் நால்வரும் அமர்ந்து கதைத்துக்கொண்டிருந்தனர். எழிலன், அருண், ஆதி, சூர்யா நால்வரும் அருணின் திருமணத்திற்குப் பிறகு, ஆதியின் திருமணத்தில் தான் கூடியிருந்ததால், அவர்களுக்குள் பேச்சுக்களும் கலைக்கட்டியிருந்தது. ஆதர்ஷை தூக்கிப்போட்டு பிடித்தபடி ஆதி மண்டபத்தில் விளையாடிக்கொண்டிருக்க,

''தம்பி ஆதர்ஷ்க்கு பசிக்கும்...அவன் சரியா சாப்பிடல...இந்த பழத்தை கொடுங்க...'' என்று வயிற்றை தள்ளிக்கொண்டு மூச்சுவாங்க நடந்துவந்தாள் காவ்யா.

''கொடுங்க அண்ணி...'' என்று ஆதி வாங்கிக்கொண்டான்.

''ஆதி போட்டிக்கு வந்துருவான்னு அதுக்குள்ள அடுத்த குட்டிக்கு இப்டி ரெடி பண்ணிட்டிங்க போலண்ணா...'' என்று அவள் சென்றதும் சூர்யா எழிலனை கிண்டல் செய்ய

''என் பொண்டாட்டி என் புள்ளடா...இன்னும் பத்து கூட பெத்துக்குவேன்...அதெல்லாம் இருக்கட்டும்...ஒரு மர்டர் (murder - கொலை) பண்ணிட்டு வந்து கூச்சமே இல்லாம உக்காந்துருக்கானே உன் நொண்ணன்...அவனைக் கேளேன்...'' என்று எழிலன் சிரிக்க,

''என்னடா??'' என்றான் ஆதி. அவனுக்கு விஷயம் தெரியாது என்பதால் அவன் முழிக்க, சூர்யாவும் என்னவென்று தெரியாமல் முழித்தான்.

''விடுண்ணா...நான் எவ்ளவோ சொல்லிப்பாத்தேன்...அவ கேக்கல...முதல சந்தோசமா தான் இருந்தா....அப்புறம் என்ன தான் நடந்துச்சுனு தெர்ல...அவங்க வீட்ல எதுவும் சொன்னாங்களான்னு தெர்ல....வேண்டவே வேண்டாம்னு ஒரேடியா அடம்புடிச்சுட்டா...'' என்றான் அருண் சோகமாக.

ஆம், அருண் எத்தனையோ வற்புறுத்தியும் கெஞ்சியும் அவன் பேச்சைக் கேளாமல், மாமியாரின் வசைபாடுகளுக்கு தப்பிக்க நித்யா கருவை கலைத்திருந்தாள். அவனோ அவள் வீட்டினரை சந்தேகப்பட்டுக் கொண்டிருக்கிறான்.

"சரி விடு...பாப்போம்.." என்றதும் ஆதி அமைதியாகிவிட, சூர்யா தான் பேச்சை மாற்றினான்.

"அப்புறம் ஆதிண்ணா தீபா அண்ணிய கூட்டிட்டு வரவா...தனியா பேசுறியா???இப்போவே பேசிக்கோ...திரும்ப நைட் தான் தனியா உன்கிட்ட அனுப்புவாங்க..." என்று கேட்க

"டேய் நீ தம்பிடா...தரகர் வேலை எல்லாம் பாக்காத..." என்று ஆதி சொல்ல, நால்வரும் சேர்ந்து சிரித்தனர்.

காவ்யா குழந்தைக்கு பழம் கொடுத்துவிட்டு திரும்பும் நேரம் எழிலன் பேச்சை மட்டும் கேட்டிருந்தாள். "என் பொண்டாட்டி என் புள்ளடா... இன்னும் பத்து கூட பெத்துக்குவேன் ..." என்று அவன் சொன்னது இன்னும் அவள் காதுக்குள் கேட்டுக்கொண்டிருந்தது. உண்மையில் உணர்ந்து சொன்னானா அல்லது தன் தம்பிகள் முன் தன் கெத்தை நிலைநாட்ட சொன்னானா என்று அவனுக்கே வெளிச்சம்.

ஆதி தீபா திருமணம் வளர்மதி முடிவு செய்தபடி சிறப்பாக நடந்து முடிய, காவ்யா தன் பிரசவ நாளை எதிர்பார்த்து காத்திருந்தாள். அவளாக எழிலனுக்கு அழைத்து பேசுவது குறைந்திருந்தது. அவன் அழைத்தால் மட்டுமே பேசினாள். அதுவும் ஆதர்ஷ் வீடியோ காலில் பேசுவான், இவள் அவர்கள் இருவரும் பேசும் ஊமைப்படத்தை பார்ப்பாள். ஏனோ எழிலனை அவளால் புரிந்துகொள்ளவும் முடியவில்லை. அவனது கரிசனையை ஏற்றுக்கொள்ளவும் முடியவில்லை. குழந்தையே வேண்டாம் என்று இருந்தவன் எதற்கு தன் மேல் அத்தனை அக்கறையாக இருக்கிறான் என்றே தோன்றியது.

ஒன்பதாவது மாதம் மருத்துவ பரிசோதனைக்கு அவள் காத்திருக்க, எழிலன் அவளைப் பார்க்க மேலூருக்கு வருவதாக சொல்லியிருந்தான். இம்முறை அவன் பெற்றோரோடு வருவதாக சொல்ல, "எல்லாரும் வர்றாகளாம்...சேத்து சாப்பாடு செய்ங்கம்மா..." என்று சொல்லிவிட்டு காத்திருக்க, மதியம் போல வந்திருந்தான். அவளை நலம் விசாரித்து ஆதர்ஷ்ஷோடு விளையாடி மகிழ்ந்து நேரம் செல்ல, அலுங்காமல் குலுங்காமல் வளர்மதி ராஜேஷின் மூலம் அடுத்த குண்டை தூக்கிப்போட்டு அமைதியாக அமர்ந்திருந்தார். காவ்யா அறைக்குள் எழிலனோடு இருக்க, ராஜேஷ் காவ்யாவின் அப்பாவிடம்,

''காவ்யாக்கு family planning (குடும்ப கட்டுப்பாடு) பண்ணலாம்னு நாங்க முடிவு பண்ணிருக்கோம் சம்மந்தி...'' என்று சொல்லி முடித்ததில் அவசரமாய் எழிலனை திரும்பிப்பார்த்தாள்.

''உங்களுக்கு எல்லாம் இரக்கமே இல்லையாடா...டிசைன் டிசைனா எப்படி இப்டி யோசிப்பீங்க...'' என்று தான் அவளுக்கு தோன்றியது.

10

காவ்யா எழிலனை அவசரமாக திரும்பி பார்க்க, அவனோ எதுவும் நடவாதது போல ஆதர்ஷுடன் விளையாடிக் கொண்டிருந்தான். அவர்கள் மூவரும் அறைக்குள் இருந்ததால்,

''நீங்க தான் முடிவு பண்ணுனீங்களா...'' என்று கோபமாக எழிலனிடன் கேட்க

''என்ன முடிவு...'' என்றான் புரியாமல். உண்மையில் அவனுக்கு பெரியவர்களின் பேச்சில் கவனம் இல்லை. மனைவி மகனுடன் இருந்த பொழுதை அனுபவித்துக்கொண்டிருக்க, அவளது கேள்வியும் கோபமும் புரியாமல் அவளை திரும்பிப்பார்த்தான்.

''வெளிய உங்க அப்பா எனக்கு பேமிலி பிளானிங் பண்ணனும்னு சொல்லிட்டு இருக்குறாரே...அத கேக்குறேன்...'' என்றாள் கோபத்தை இழுத்துப்பிடித்து பொறுமையான குரலில்.

''அதுவா...அம்மா என்கிட்ட கேட்டாங்க...எல்லாரும் பொதுவா பண்ணுறது தான...சரிம்மான்னு சொன்னேன்...''

''சரின்னா???ஆபரேஷன் நீங்க பண்ணப் போறீங்களா இல்ல நான் பண்ணப்போறேனா??''

''புரியல காவ்யா...எல்லாரும் பண்றது தான...''

''நான் கேக்குறது உங்களுக்கு புரியுதா இல்லையா? நீங்க ஆபரேஷன் பண்ணிக்குறீங்கன்னா நீங்க ஓகே சொல்லுங்க...நான் பண்ணிக்கணுனா என்கிட்ட தான கேக்கணும்...''

''பொதுவா எல்லாரும் பண்ணுவாங்கனு நீ எதுவும் சொல்ல மாட்டியோன்னு...''

''பொதுவா எல்லாரும் ரெண்டு குழந்தைங்க பெத்துக்குவாங்க தான்...ஆனா நீங்க முடியாதுனு சொல்லலையா??? அது மாதிரி எனக்கு விருப்பு வெறுப்பு இஷ்டம் கஷ்டம் எல்லாம் இருக்காதா??''

''காவ்யா...'' என்று அவன் இழுக்க, வேகமாக எழுந்து வெளியே வந்தவள்,

''என்ன மாமா பேசிட்டு இருக்குறீங்க.??..'' என்று நேரடியாக அவரை கேள்வி கேட்க, ராஜேஷ் அவளையும் அவளது பெற்றோரையும் மாறி மாறி பார்த்தார். எழிலன் ஆதர்ஷை தூக்கிக்கொண்டு வெளியே வர,

''இல்ல காவ்யா...ரெண்டு குழந்தை ஆகிடுச்சுல...அதான் குடும்ப கட்டுப்பாடு பண்ணிக்கிட்டா நல்லதுன்னு சொன்னோம்...'' என்று வளர்மதி இழுத்தார்.

''யார்க்கு நல்லது???'' என்று அப்பட்டமாக முகத்தில் அறைந்தால் போல அவள் கேட்க

''என்ன காவ்யா...எல்லாரும் பொதுவா பண்ணுறது தான...'' என்று சுமதியும் சொல்ல,

''எனக்கு ஆபரேஷன் பண்ண இஷ்டமில்லை...கண்டிப்பா பண்ணனும்னா உங்க பையனுக்கு பண்ணுங்க...அது தான் ஈசி...'' என்று சொல்லி முடிக்க, எழிலன் அவளை அமைதியாக பார்த்திருந்தான்.

''காவ்யா...'' என்று சுமதி அவளை அரட்டியிருக்க,

''என்னமா இப்டி சொல்லுற...ஆம்பளைக்கு எப்படி பண்ணமுடியும்...'' என்று ராஜேஷ் இழுக்க

''எனக்கு ஆதர்ஷ் நார்மல் டெலிவரில தான் பிறந்தான்...இப்போ இந்த குழந்தையும் நார்மல் டெலிவரி தான் ஆகும்னு எதிர்பாக்குறேன்...நான் எதுக்கு தேவை இல்லாம வயித்த கிழிச்சுக்கணும்....அதுவும் என்கிட்ட கலந்து பேசாம இவங்களா எப்படி முடிவெடுக்குறாங்க...அதெல்லாம் நீங்க கேக்க மாட்டிங்களா...'' என்று தன் அன்னையை கத்தியவள்,

''என்னால ஆபரேஷன் பண்ணமுடியாது...நீங்க நினைச்சா குழந்தை பிறக்குறத தள்ளிபோடனும்...நீங்க நினைச்சா குழந்தை பெத்துக்க டிரீட்மென்ட் எடுக்கணும்...மறுபடியும் நீங்க நினைச்சா குழந்தையே வேண்டாம்னு என்ன நானே மலடியா மாத்திக்கணும்...அப்டி தான...என்னால உங்க இஷ்டத்துக்கு எல்லாம் இருக்க முடியாது...'' என்று நிறைமாத வயிற்றில் மூச்சிரைக்க பேசியவள், தொண்டை வறண்டு போக, தொண்டையை தடவியபடி, வயிற்றை பிடித்துக்கொண்டு தன் அறைக்குள் நுழையப்போனவள்,

''ம்மா...உங்களுக்கும் நான் இங்க இருக்க கஷ்டம்னா சொல்லிடுங்க...'' என்று சொல்லிவிட்டு அறைக்குள் நுழைந்துகொண்டாள். எழிலன்

அறைக்குள் சென்ற அவளையும் பெரியவர்களையும் மாறிமாறி பார்க்க, காவ்யாவின் பெற்றோருக்கும் தர்மசங்கடமாக தான் இருந்தது.
இப்போது இரண்டு பெண்களும் அந்த வீட்டில் தான் வாழ வேண்டும் என்ற நினைவில்,
''அவ விருப்பம் போல விட்ருவோம் சம்மந்தி...'' என்று சுமதி சொல்ல,
''என்னவோ தெர்ல...இந்த தரம் ரொம்ப கோபப்படுறா...இவளுக்கு வர்ற கோபத்தை பாத்தா பொம்பளப்புள்ள தான் பிறக்கும் போல...'' என்று அதை கண்டுகொள்ளாதவர் போல வளர்மதி சொல்ல, எழிலன் அறைக்குள் நுழைந்தான்.
''ஏன் காவ்யா இவ்ளோ கோபப்படுற...நம்ம நல்லதுக்கு தான சொன்னாங்க...'' என்றான் எழிலன் அவளுக்கு தண்ணீர் பாட்டிலை எடுத்து கொடுத்தபடி. அவள் எதுவும் பேசாமல் இருக்க,
''திரும்ப இது மாதிரி கன்சீவான என்ன பண்ணுவ...அதுக்கு ஆபரேஷன் பண்ணினா பெட்டெர் இல்லையா??'' என்று கேட்டான்.
''இன்னும் பத்து பிள்ளைகூட நான் பெத்துக்குவேன்...எனக்கு பிரச்சனை இல்ல...உங்கள எல்லாம் மேய்க்குறது தான் எனக்கு போராட்டமா இருக்கு...'' என்று எரிச்சலில் கத்த,
''ரிலாக்ஸ் காவ்யா...சாரி...'' என்றான் மென்மையாக.
எழிலனுக்கு காவ்யாவிடம் பேசி புரியவைக்க முடியாது என்று புரிந்தது. அவள் பிரசவ நேரத்தை நெருங்கும் நேரம் அதிகமாக உணர்ச்சிவசப்படுகிறாள் என்றே நினைத்தான். மாலை போல எழிலன் தன் பெற்றோருடன் கிளம்பிவிட, அடுத்த சில நாட்களில் அவளுக்கு வலி வந்துவிட்டது என்று விடியற்காலை நான்கு மணிக்கு எழிலனின் அலைபேசிக்கு அழைப்பு வந்தது. காவ்யாவை அவர்கள் மருத்துவமனை அழைத்துச்செல்ல, எழிலன் தன் பெற்றோருடன் மேலூருக்கு கிளம்பியிருந்தான்.
எழிலன் மருத்துவமனைக்குள் நுழைந்தபோது காவ்யா உச்ச தொனியில் கத்திக்கொண்டிருந்தாள். சிறு சிறு இடைவெளியில் வலி அதிகரிக்க, நான்கு மணிக்கு ஆரம்பித்தவள், ஒரு வழியாக 8:50 போல பிள்ளையை வெளியே தள்ளியிருந்தாள். பிள்ளையை தூக்கி பெண் பிள்ளை என்று சொன்னதும் ஒரு நிம்மதியோடு புன்னகைத்தவள், அப்படியே கண்ணைமூடி படுத்துவிட்டாள். குழந்தையை சுத்தம் செய்து தூக்கிக்கொண்டு வந்து கொடுக்க, ராஜேஷ் தான் முதலில் வாங்கினார்.

கைகளில் வாங்கியவர், ''என் பேத்தி வெள்ளைகாரச்சி மாறி இருக்குறாளே...'' என்று சந்தோஷத்தில் அவர் சொல்ல, உண்மையில் ரோஜாப்பூ நிறத்தில் தான் குழந்தை இருந்தாள். ஆதர்ஷுக்கு கூட தனக்கு ஒரு பாப்பா பிறந்திருக்கிறது என்று புரிந்தது போலும். குழந்தையை மெதுவாக தொட்டுப்பார்த்து உற்சாகத்தில் துள்ளிக்குதித்தான்.

மயக்கம் தெளிந்து எழுந்தவளை எழிலன் கரம் பற்ற, ''ஆதர்ஷ் எங்க??'' என்றாள். ஆம், இம்முறை அவள் கணவனைத் தேடவில்லை. அவள் வலி வந்து அழுதபோது என்னெவென்றே புரியாமல் ஆதர்ஷ் தான் ரொம்ப அழுதிருந்தான். அதனால் மகனைப்பார்க்க வேண்டும் என்று தோன்ற, எழிலனிடம் கேட்டாள். ''வெளிய இருக்கிறான்...பாப்பாவ இன்குபேட்டர்ல UVக்கு வச்சுருக்காங்க...'' என்று மகளையும் பற்றி சொல்ல, ''ஹ்ம்ம்...கூட்டிட்டு வாங்க...'' என்று கண்களை மூடி படுத்துவிட்டாள். ''ம்மா...ம்மா...'' என்று ஆதர்ஷ் பிதற்றிக்கொண்டே அவள் அருகே, ''அம்மு...'' என்று அவனை தூக்க முயல, எழிலன் அவனைத்தூக்கி அவள் அருகே கட்டிலில் அமர வைத்ததும் மகனை நெஞ்சில் சாய்த்துக்கொண்டாள். அவர்களுக்குள் என்ன பாஷை பேசினார்கள் என்று எவருக்கும் புரியாது ஆனால் சில நிமிடங்கள் அம்மாவும் மகனும் அப்படியே படுக்கையில் படுத்திருந்தனர். ''நான் பயந்துட்டேன்...'' என்று அவன் சொன்னான் போலும். ''நான் நல்லாதான் இருக்கேன்..'' என்று அவள் தேற்றினாள் போலும். கடவுளுக்கு மட்டுமே அவர்கள் பரிபாஷை வெளிச்சம்.

சற்று நேரம் கழித்து, அவன் முகத்தை நிமிர்த்தியவள், ''பாப்பா பாத்தியா?'' என்று கேட்க, ''பாப்பா...பாப்பா...'' என்று உற்சாகத்தில் துள்ளிக்குதித்து சிரித்தான். எழிலன் அவர்கள் இருவரையும் கண்கொட்டாமல் பார்க்க, செவிலியர் அதற்குள் குழந்தையை தூக்கிக்கொண்டு வந்து பால் கொடுக்க சொல்லிவிட்டார். எழிலன் ஆதர்ஷுடன் வெளியே காத்திருக்க, எல்லோருக்கும் அலைபேசி மூலம் தகவல் பறந்துகொண்டிருந்தது. ''எனக்கு பேத்தியா பிறந்துருக்கா...வெள்ளைகாரச்சி மாதிரி இருக்குறா...'' என்று நூறு முறையாகிலும் சொல்லி ஓய்ந்திருப்பார் ராஜேஷ்.

எழிலன் ஒரு வாரம் மேலூரில் இருந்துவிட்டு மதுரை திரும்பிவிட,

காவ்யா இரண்டு பிள்ளைகளுக்கும் டபுள் டூட்டி பார்த்தாள். குழந்தை பகலில் தூங்கி இரவில் முழுவதும் விழித்திருக்கும், ஆதர்ஷ் இரவில் தூங்கி பகலில் மட்டும் விழித்திருப்பான். ஆக, காவ்யா தூங்கும் நேரம் முற்றிலும் குறைந்திருந்தது என்றாலும் அவள் அதை சந்தோசமாக ஏற்றுக்கொண்டாள். ஆதியும் தீபாவும் குழந்தை பிறந்தன்றே சென்னையில் இருந்து கிளம்பி வந்து பார்த்துச்சென்றனர். அருணும் நித்யாவும் அந்த வார இறுதியில் வந்து சென்றனர்.

சரியாக மூன்று மாதங்கள் கழித்து, "என்ன வந்து கூப்டுட்டு போங்க.." என்று எழிலனிடம் கேட்டிருந்தாள் காவ்யா.

"அதுக்குள்ள வரியா? உன்னால சமாளிக்க முடியுமா காவ்யா? அங்கேயே இன்னும் ஒரு ரெண்டு மாசம் இரேன்..." என்று கேட்டுப்பார்த்தான். உண்மையில் மதுரைக்கு வந்தால், எல்லா வேலைகளும் அவள் தான் செய்யவேண்டும். பிள்ளைகளையும் அவளே பார்க்கவேண்டும் என்பதால் சோர்ந்துவிடுவாளோ என்று யோசித்தான்.

"நான் பாத்துக்கிறேன்..." என்ற ஒற்றை வார்த்தையில் முடித்துக்கொண்டாள்.

எழிலன் காவ்யாவை வீட்டிற்கு அழைத்துவர, வீடே மறுபடியும் அப்போது தான் களைகட்டியது. பிள்ளைக்கு பேர் வைக்கும் விழா நடத்த நினைக்க, அதற்கு முதலில் பெயர் தேர்வு செய்யவேண்டும் என்று மொத்த குடும்பமும் யோசித்தது. அவள் தான் முதல் பெண் வாரிசு என்பதால் பெரியவர்கள் பெயரை வைக்கச்சொல்லி வளர்மதி சொன்னார்.

"பாப்பாக்கு பாட்டியோட பேர் வைக்கலாமா?" என்று பேச்சுவர

"அவ பேரு திஷா...அவள் கடவுளோட பிளெஸ்ஸிங்.(blessing - ஆசி)...நான் கேக்குறதுக்கு முன்னாடியே எனக்கு கிடைச்ச கிபிட்..." என்று முடித்துக்கொள்ள, எழிலன் மறுக்கவில்லை. அதிர்ஷ்க்கு அவன் தான் பெயர் தேர்வு செய்தான் என்பதால், மகளுக்கு அவள் தேர்வு செய்யட்டும் என்று விட்டுவிட்டான்.

சொந்தங்கள் சூழ மகளுக்கு திஷா என்று பெயரிட்டிருந்தான் எழிலன். அன்று ராத்திரி இரண்டு குழந்தைகளையும் படுக்க வைத்தவள், பிள்ளைகளோடு தானும் படுத்துக்கொள்ளப் பார்க்க, "காவ்யா.." என்று அழைத்தான் எழிலன்.

''சொல்லுங்க...'' என்று அவன் புறம் திரும்ப,
''இந்தா...இது பாப்பாக்கு போட்ட FD (fixed deposit - நிலையான வைப்பு கணக்கு)..தம்பிக்கு ஒன்றை லட்சம் போட்ட மாதிரி பாப்பாக்கும் போட்ருக்கேன்...அவனுக்கு போஸ்ட் ஆபீஸ்ல PPF அக்கவுண்ட் இருக்கு...பாப்பாக்கு ஒரு வயசு ஆனதும் SSA அக்கவுண்ட் ஓபன் பண்றேன்...ரெண்டு பேருக்கும் ஒரே அளவு காசு அக்கவுண்ட்ல போட ட்ரை பண்றேன்...உன்னோட சேவிங்ஸ் இருந்தா நீயும் போட்டுக்கோ...'' என்று சொல்லிவிட்டு அவள் கையில் வவுச்சரை நீட்ட, காவ்யா அவனை அதிர்ந்து பார்த்தாள்.
''ஏது இவ்ளோ பணம்??''
''இரண்டாவது குழந்தை வேண்டாம்னு சொன்னதே முதல் குழந்தை மேல இருந்த அதிகமான பாசத்துல தான்...தம்பிக்கு எல்லாமே சிறப்பா செய்யணும்னு தான் ஆசைப்பட்டேன்...ஆனா உனக்கு புரியல...அபார்சன் பண்ண சொன்னது உனக்கு கோபம்....நானும் இஷ்டப்பட்டு எல்லாம் சொல்லல காவ்யா...'' என்றான் விட்டுப்போன குரலில்.
''நான்...'' என்று அவள் ஏதோ சொல்லத் தொடங்க, கரத்தை உயர்த்தி அவளைத் தடுத்தவன்,
''நாளைக்கு நான் சென்னைக்கு கிளம்புறேன்...வர ஒரு வாரம் ஆகும்...நீ சமாளிச்சுருவியா..இல்ல உங்க அம்மா வீட்ல விட்டுட்டு போகவா?'' என்றான்.
''என்ன விஷயம்...திடீர்னு...'' என்று கேட்க
''கொஞ்சம் காலேஜ் விஷயமா போறேன்...உன்ன உங்க அம்மா வீட்ல விடவா?''
''இல்ல வேண்டாம்...நான் பாத்துக்கிறேன்...'' என்றவள் அவனை ஏறிட,
''சரி குட் நைட்...தூங்கு...'' என்று தரையில் தன் படுக்கையை விரித்திருந்தான். ஆம் இரண்டு குழந்தைகள் ஆனபின்பு நால்வரும் கட்டிலில் படுக்க முடியவில்லை. அதனால், மனைவி மக்களுக்கு கட்டிலை கொடுத்துவிட்டு, எழிலன் தரையில் தான் தூங்குகிறான். எழிலன் சென்னை கிளம்பியிருக்க, அவன் வேலை விஷயமாக சென்றான் என்று நினைத்திருந்தாள் காவ்யா. ஆனால், அவன் சென்றதோ ஆதியின் வீட்டிற்கு. அடுத்த நாள் காலை ஆதியும்

எழிலனும் மருத்துவமனை சென்றிருந்தனர். காவ்யா சொன்னபடி எழிலன் வேசெக்டொமி (vasectomy - ஆண்களுக்கு செய்யும் குடும்பக்கட்டுப்பாடு முறை) செய்ய மருத்துவமனையில் காத்திருந்தான்.
''வீட்ல சொல்லிடாதடா...'' என்று எழிலன் ஆதியிடம் சொல்ல,
''ஏன்டா...இதுல என்ன இருக்கு...'' என்றான் ஆதி.
''அவங்க இன்னும் அவ்ளோ பக்குவப்படல...அதனால தான் பொய் சொல்லிட்டு இங்க வந்தேன்...உன் பொண்டாட்டி எதுவும் ஔரிட மாட்டாளே.??'' என்று கேட்க
''நீ வீட்ல வச்சு எதுவும் ஔரமா இருந்தா சரி...'' என்று அமர்ந்திருந்தான்.

11

எழிலன் அறைக்குள் நுழைய, அவனுக்கு லோக்கல் அனேஸ்தீஸியா கொடுத்து வேசெக்டொமி செய்தனர். அதாவது விந்தணுவை எடுத்துச் செல்லும் விதைப்பையில் உள்ள சிறிய குழாய்கள் வெட்டப்பட்டன. அப்படி செய்யும்போது விந்தணுக்கள் உடலை விட்டு வெளியேறாது என்பதால் கர்ப்பத்தை ஏற்படுத்தாது. இந்த அறுவை சிகிச்சை செய்துமுடிக்க 15-30 நிமிடங்கள் மட்டுமே ஆகும். அதன் பின் வீடு திரும்புவதோடு தினசரி வாழ்க்கைமுறை கடைபிடித்துக் கொள்ளலாம்.
இதுவே பெண்களுக்கு செய்யவேண்டும் என்றால் குழந்தைக்கு அறுவை சிகிச்சை செய்வதுபோல, கர்ப்பப்பை வரை கிழித்து, கருமுட்டை பயணம் செய்துவரும் fallopian tube என்று சொல்லப்படும் கருமுட்டை குழாய்களை வெட்டி கிளிப் போடப்படும். அப்படி செய்வதால் கருமுட்டையும் விந்துவும் ஒன்றை ஒன்று சந்திக்காமல் கர்ப்பத்தை தவிர்க்கும். இந்த அறுவை சிகிச்சை செய்வதற்கு 30 நிமிடங்கள் வரை ஆகலாம் என்றாலும் அதன் பின் மருத்துவமனையில் ஒரு வாரம் இருந்தே வீடு திரும்ப வேண்டியிருக்கும். இப்போது சில காலமாக, அறுவை சிகிச்சை செய்யாமல் laparoscopic sterilization என்று சொல்லப்படும் முறையும் பயன்பதினாலும் பெரும்பாலும் அறுவைசிகிச்சை முறையே கடைபிடிக்கப்படுகிறது.
எழிலன் அறுவைசிகிச்சை முடிந்து வெளியே வர, மருந்தின் வீரியத்தில் அவனுக்கு வலி இல்லாமல் தான் இருந்தான். அவர்கள் இருவரும்

இன்னும் ஒரு மணி நேரம் அங்கேயே இருந்துவிட்டு வீடு திரும்ப, தீபா இருவரையும் கேள்வியாக பார்த்தாள்.

''எங்க போனீங்க ரெண்டு பேரும்??'' என்று கேட்க

''ஒரு அண்ணனும் தம்பியும் ஊர் சுத்தக்கூடாதா??இது என்னடி அநியாயமா இருக்கு...'' என்றான் ஆதி.

''ஆனா மாமா முகத்தை பாத்தா அப்டி தெரியலையே...'' என்றால் களைத்துப்போன அவன் முகத்தைப் பார்த்து.

''அண்ணனுக்கு வேசெக்டொமி பண்ணினோம்...போதுமா..'' என்று அவளை அறைக்குள் இழுத்து வந்து சொல்ல,

''ஏன்??'' என்றாள் கண்களை விரித்து.

''ஏன்னா? நம்ம காண்டம் யூஸ் பண்றோமே? ஏன்னு தெரியாதா?? ''

''அது வேற...இது...அக்காவுக்கு தெரியுமா??''

''அது அவங்க புருஷன் பொண்டாட்டி விஷயம்...அதெல்லாம் எனக்கு தெரியாது...நான் இது பத்தி அண்ணிகிட்ட பேசணும்னு அவசியம் இல்ல...அவன் பாத்துப்பான்...''

''உங்க அம்மாக்கு தெரியுமா???''

''தெரிஞ்சா ஒப்பாரி வைப்பாங்க...அடக்கமா இரு...'' என்றதில் சிரித்தவள்,

''அக்காக்கு பண்ணனும்னு சிரிச்சிட்டே சொன்னாங்க...இப்போ மாமாக்கு பண்ணா ஒப்பாரி வைப்பாங்களா...என்னங்கடா உங்க நியாயம்???'' என்று இடுப்பில் கைவைத்து அவனை முறைக்க,

''அவங்க அப்டி தான்..அவங்கள நம்ம பக்கம் இழுக்க முடியாது...அதுக்காக அவங்க பக்கம் நம்ம விழவும் முடியாது...இதெல்லாம் பெரிய விஷயமா பேசி டைம் வேஸ்ட் பண்ணாம அண்ணாக்கு ஏதாச்சும் ஜூஸ் போட்டு கொடு...'' என்று டிவியில் அமர்ந்துவிட்டான் ஆதி. ஆம், அவர்கள் தலைமுறைக்கு இதெல்லாம் பெரிதாக தெரியவில்லை என்றாலும் முந்தைய தலைமுறைக்கு இதெல்லாம் ஏற்கமுடியாத ஒன்றாகவே தோன்றியது. ஒரு வாரம் எழிலன் ஆதியின் வீட்டிலேயே தங்கி உடல் தேறியபின் மதுரை வந்து சேர்ந்தான். வீட்டில் எவருக்கும் எதுவும் சொல்லாமல் அவன் தனது வேலைக்கு திரும்பிவிட, காவ்யா எதுவுமே தெரியாமல் தான் இருந்தாள். கையில் மூன்று மாத சிசுவும் காலைக் கட்டிக்கொண்டு விளையாடும் ஒன்றரை வயது மகனும் அவளை

மொத்தமாக ஆக்கிரமித்திருக்க, எழிலனும் காவ்யாவும் மனதுவிட்டு பேசியே வெகுநாட்கள் ஆனது. பிள்ளைகள் குறித்து, வீட்டின் பொதுவான காரியங்கள் குறித்து பேசினாலும், அவர்களுக்குள் இருந்த அன்னியோன்னியம் சற்றே குறைந்திருந்தது. முன்னர் இருவரும் அருகருகே படுத்தாவது ஒருவரை ஒருவர் கட்டிக்கொண்டு தூங்குவர். இப்போதெல்லாம் இரண்டு பக்கமும் இரண்டு பிள்ளைகளும் அவளை அணைத்துக்கொண்டு தூங்க, எழிலன் தனியாக தரையில் உருண்டுகொண்டிருந்தான்.

நாட்கள் அதன் போக்கில் ஓட, திஷாவிற்கு ஐந்து மாதங்கள் முடிந்திருந்தது. வளர்மதியும் தனது அடுத்த பாட்டினை ஆரம்பித்திருந்தார்,

''ஏன்மா காவ்யா இந்த லூப்(copper T) போட்டுக்கிட்டா உனக்கும் தொந்தரவு இல்லாம இருக்கும்ல..பேமிலி பிளானிங் தான் பண்ணல...இது பண்ணிக்கிட்டா ஈஸி தான...நம்ம பக்கத்துக்கு வீட்டு காயத்ரி கூட பண்ணிருக்கா...அவகிட்ட எங்க பண்ணினானு கேக்கக் கூடாது...பத்து வருஷம் வரை தாங்குமாமே....'' என்று எழிலன் வேலைக்கு சென்ற பின் பேச்சை ஆரம்பிக்க,

''கவலைப்படாதீங்க அத்த...நாங்க தான் ஒன்னாவே படுக்குறது இல்லையே...அவரு தனியா தரைல தான் தூங்குறாரு...நான் பசங்களோட தூங்குறேன்...அப்புறம் எதுக்கு இதெல்லாம்...'' என்று சொன்னாள்.

''அதெல்லாம் தப்புமா...சின்ன வயசு பிள்ளைக...அப்படியெல்லாம் தனியா இருக்கக்கூடாது...இந்த வயசுல தான் சந்தோசமா இருக்க முடியும்...கட்டில வெளிய போட்டுட்டு நாலு பேரும் கூட மெத்தையை கீழ விரிச்சு அழகா படுக்கலாம்...நான் சொன்னா அவன் எங்க கேக்குறான்...'' என்று அவர் தனது பாட்டை பாடிக்கொண்டிருந்தார்.

'ஆக உனக்கு உன் புள்ள தரைல படுக்குறது தான் பிரச்சனை..' என்று மனதிற்குள் நக்கலாக சிரித்தவள்,

''நான் எவ்வளவோ சொல்லிட்டேன் அத்த...அவரு கேக்குறது இல்ல...பெட்லயே கொஞ்சம் அட்ஜஸ்ட் பண்ணினா நாலு பேரும் படுக்கலாம்...அவரு தான் நான் பசங்க மேல உருண்டுடுவேன்னு தரைல படுக்குறாரு..நீங்க வேணா சொல்லிப்பாருங்க...'' என்று முடித்துக்கொள்ள

''சரி சொல்றேன்..நீ காயத்திரிகிட்ட எந்த ஹாஸ்பிடல்ல பண்ணினானு கேட்கக்கூடாது...??'' என்று மறுபடியும் அதே இடத்தில் வந்து நிற்க,
''அதெல்லாம் எனக்கு வேண்டாம் அத்த...நீங்க என்ன அதெல்லாம் யூஸ் பண்ணுன்னீங்களா...இல்லையே...அப்புறம் எதுக்கு...நான் கவனமா இருந்துக்கிறேன்...'' என்று கோபமாக சொல்ல,
''ஆமா கவனமா இருந்தவ தான் ஆறு மாசம் புள்ள வயித்துக்குள்ள இருக்குறது தெரியாம இருந்தியாக்கும்..பெரியவங்க சொன்னா நல்லதுக்குன்னு யோசிக்குறது இல்ல...இந்த காலத்து பசங்களுக்கு நாங்க சொல்றது எல்லாம் எங்க புரியுது...'' என்று அவர் கோபமாக சொல்லிவிட்டு அறைக்குள் சென்று அமர்ந்துவிட்டார். அதென்னவோ இது மாதிரி விஷயங்கள் பேசும் போதெல்லாம் அவர் கணவரும் பிள்ளைகளும் இல்லாத நேரம் தான் பேசுகிறார் என்பதால் காவ்யா சொன்னாலும் எவரும் நம்புவதில்லை. அப்படியே அவள் சொன்னதை நம்பி வளர்மதியிடம் கேள்வி எழுப்பினாலும் 'நான் அப்டியா கேட்டேன்..' என்று அந்த கேள்வியின் பொருளையே மாற்றி அவளுக்கு நல்லது செய்வதாக முயற்சி செய்வது போன்றொரு பிம்பத்தை உருவாக்கிவிடுவார்.

காவ்யாவிற்கு இப்போது இதெல்லாம் பழகிவிட்டது என்பதால் அவள் தான் உண்டு தன் பிள்ளைகள் உண்டு என்று மாறிப்போனாள். அந்த வார இறுதியில் ராஜேஷின் நட்பு வட்டத்தில் நெருங்கிய நண்பர் ஒருவரின் மகனுக்கு திருமணம் என்று சொல்லப்பட்டிருக்க, மதுரைக்குள் தான் என்பதால் குடும்பமாக வருவதாய் சொல்லியிருந்தார். எழிலன் வேலை முடித்து வந்ததும் இரவு வரவேற்பிற்கு செல்லலாம் என்று முடிவு செய்திருக்க, காவ்யா பிள்ளைகள் இருவரையும் இழுத்துக்கொண்டு செல்லவேண்டுமா என்று தான் யோசித்தாள். வரவில்லை என்று சொன்னால் அதற்கும் ஏதாகிலும் குற்றம் கண்டுபிடிப்பார்கள் என நினைத்து தயாராகிவிட்டாள். எழிலன் வரும்போது அனைவரும் தயாராக இருக்க், குடும்பமாக கலந்துகொண்டனர். அன்று வெகு நாட்கள் கழித்து காவ்யா புடவையில் இருக்க, எழிலனின் மனது தாளம் தப்பி அடித்தது.

ஏற்கனவே அறுவை சிகிச்சையும் செய்துவிட்ட தைரியமும் சேர்ந்துகொள்ள, அவனது பார்வை திருமண மண்டபத்தில் இருந்தபோது காவ்யாவின் மேல் அடிக்கடி பட்டுத் திரும்ப, காவ்யா உள்ளுக்குள் விரைக்க ஆரம்பித்திருந்தாள். சுடிதார் அணிகிறேன் என்று சொன்னபோது மாமியார் கொடுத்த சொற்பொழிவில் எரிச்சலுடன் தான் புடவையை சுற்றினாள். இப்போது அதற்கான எதிர்வினை மண்டபத்திலேயே தெரிய, அவளுக்கு ஐயோ என்றானது. அவனும் ஆண் தானே அவனுக்கும் உணர்வுகள் இருக்கும் என்று அவனை எத்தனை விலகி இருக்கமுடியமோ அத்தனை விலகி தான் நிற்கிறாள் இப்போதெல்லாம். அப்படியிருக்க இன்று அவனை தானே தூண்டிவிடுவது போல தோன்ற அவளுக்கு எரிச்சல் தான் வந்தது. எழிலனுக்கு அவள் படும் அவஸ்தையும் புரிய உதட்டுக்குள் சிரித்துக்கொண்டான்.

காரில் வரும்போதே திஷா காவ்யாவின் அணைப்பில் தூங்கியிருக்க, ஆதர்ஷ்ஷின் கண்கள் சொருகிக்கொண்டிருந்தது. வளர்மதியின் கையில் கஷ்டப்பட்டு கண்களைத் திறந்து வேடிக்கை பார்த்துக்கொண்டிருந்தான். வீடு வந்து சேர்ந்ததும் திஷாவை படுக்கவைத்து விட்டு அவசரமாக புடவையை மாற்றவேண்டும் என்று காவ்யா நினைத்தாள். எழிலன் காரை நிறுத்திவிட்டு வருவதற்குள் புடவையை மாற்றிவிடவேண்டும் என்று அவள் ஒரு மனக்கோட்டை கட்ட, வளர்மதி அவளை அழைத்திருந்தார்.
''ம்மா காவ்யா..எனக்கு கொஞ்சம் சூடு தண்ணி வச்சுக்கொடென்...ரிசெப்சன்ல சாப்பிட்டது ஒரு மாதிரி இருக்குது...'' என்றார். அவளும் சரி பெரியவர் எதோ அஜீரணம் போல என்று ஆதர்ஷை படுக்கையில் படுத்துக்கொள்ளுமாறு சொல்லிவிட்டு சுடுதண்ணீர் வைத்துவந்து கொடுக்க,
''இந்தாம்மா...இந்த நகை எல்லாம் லாக்கர்ல வை...'' என்று அவரது நகைகளை எல்லாம் கழட்டி கொடுக்க, அவற்றை எல்லாம் அந்தந்த நகைப்பெட்டியில் வைத்து, அவரது பீரோவை திறந்து பத்திரமாக வைக்க,
''ஈனோ (eno) இருக்கான்னு கொஞ்சம் பாரேன் ம்மா...எதுக்கும் எடுத்து பக்கத்துல வச்சுக்கிறேன்...நைட் அப்புறம் எல்லாரையும்

தொந்தரவு பண்ணிட்டு இருப்பேன்...'' என்று ஒவ்வொரு வேலையாக மாறிமாறி சொல்ல, உடை மாற்றாமலே எல்லாவற்றையும் அவள் செய்து முடிக்க, அவளுக்கோ கிழிஞ்சது என்று தான் மனதிற்குள் தோன்றியது.
கிட்டத்தட்ட முக்கால்மணி நேரம் அவளை வேலை வாங்கியவர், ''ரொம்ப நேரமாச்சு காவ்யா...நீ போய் தூங்கு...அவனும் படுத்துருப்பான் போல...லைட் எரியல பாரு...'' என்று கரிசனையாக அவளை அனுப்ப, அப்போது தான் அவளுக்கே புரிந்தது.
'அட கூறுகெட்ட குரங்கே..' என்று மனதிற்குள் திட்டியவள், 'உன் மகன் தூங்குனதுக்கு அப்புறம் நான் போனா ஒன்னும் நடக்காதுன்னு நீ போட்ட பிளான் சரிதான்...ஆனா அவன் மண்டபத்துல பார்த்த பார்வைக்கு இப்போ தூங்கியிருக்க மாட்டானே...நான் இன்னும் புடவை மாத்தலையே.....அது அவனுக்கு தெரியுமே...இப்டி பத்த வச்சுட்டியே பரட்டை...' என்று மனதிற்குள்ளேயே மானசீகமாக தலையில் அடித்துக்கொண்டு தனதறைக்கு சென்றாள்.

12

அறைக்குள் நுழைந்தவள் பிள்ளைகளை தான் முதலில் தேடினாள். இருவரும் படுக்கையில் உறங்கிக்கொண்டிருக்க, எழிலன் பிள்ளைகள் அருகே ஓரமாக படுத்தபடி அலைபேசியை பார்த்துக்கொண்டிருந்தான். ஆம், அவள் நினைத்தது போல அவன் விழித்து தான் இருந்தான். பிள்ளைகள் தூங்குவதால் விளக்கினை அணைத்துவிட்டு அவளுக்காக காத்திருந்தான். உள்ளே நுழைந்தவள் மேஜையின் அருகே சென்று நகைகளை எல்லாம் அவசரமாக கலைந்தவள், இருட்டில் எதையும் சரியாக பார்த்து எடுத்துவைக்க முடியாது என்று அப்போதைக்கு ஒரு பெட்டியில் எல்லாவற்றையும் வைத்தாள். புடவையின் ஊக்குகளை எல்லாம் கழட்டிவைத்துவிட்டு நயிட்டி எடுத்துக்கொண்டு பாத்ரூமிற்குள் நுழைய, அவசரமாய் அவளை இழுத்திருந்தான் எழிலன்.
''எங்க போற..?'' என்று அவளை நெருங்கி அணைத்து கேட்க
''பாத்ரூம் போறேன்...விடுங்க...'' என்று அவனிடமிருந்து விலகினாள்.
''அதுக்கு எதுக்கு நயிட்டி...அத வச்சுட்டு போ...இதென்ன புதுசா பாத்ரூம்ல டிரஸ் மாத்துற பழக்கம்...'' என்று தன் கையில் நெளிந்தவளை இன்னும் சேர்த்து இறுக்கியபடி நயிட்டியைப் பிடுங்கி

படுக்கையின் ஓரத்தில் எரிய,

''ப்ளீஸ் விட்ருங்க...இதெல்லாம் வேண்டாம்...'' என்றாள் அவனை வம்படியாக தள்ளிவிட்டு.

''காவ்யா...'' என்று அவள் பின்னே தள்ளியதில் அவளை எட்டிப்பிடிக்க, அவள் கை சிக்காமல் அவள் முந்தானை தான் சிக்கியது. ஏற்கனவே உடையை மாற்றுவதற்கு என்று புடவையில் இருந்த ஊக்குகள் எல்லாம் கழட்டிவிட்டிருந்தபடியால் மொத்தமாக அவன் கையோடு வந்துவிட, அவசரமாய் அவனிடமிருந்து புடவையை இழுத்தாள்.

''ரொம்ப நாள் ஆச்சு காவ்யா...'' என்று அவள் அருகே மறுபடியும் நெருங்க,

''தயவு செஞ்சு விட்ருங்க...'' என்று புடவையை அவனிடமிருந்து வாங்க போராடினாள்.

''ப்ளீஸ் காவ்யா...உனக்கே தெரியும் நீ புடவை கட்டினா என்னால கன்ட்ரோல் பண்ண முடியாதுன்னு...'' என்று இன்னும் முன்னேற,

''உங்க கால்ல விழுந்து கெஞ்சி கேக்குறேன்..தயவுசெஞ்சு விட்ருங்க..'' என்று அவள் அவன் பாதத்தில் அமர்ந்து அழுக,

''ஏண்டி...'' என்று அவள் அருகே அமர்ந்துவிட்டான் அதிர்ந்துபோய்.

''ப்ளீஸ்...நான் இதுவரை வாங்கின பேச்சு எல்லாம் போதும்...விட்டுருங்க...'' என்று எழுந்துகொள்ள,

''யாரு என்ன சொன்னா?'' என்று அவள் கையை பிடித்து அமரவைத்திருந்தான்.

''விடுங்க...''

''யாருனு சொல்லு...அம்மா ஏதாச்சும் சொன்னாங்களா??''

''எல்லாரும் தான் சொன்னாங்க...எனக்கு அடக்கம் இல்லாத மாதிரி...நான் ஏதோ அலைஞ்ச மாதிரி...ப்ச்...விடுங்க...'' என்று அவள் விலக,

''யாரு என்ன சொன்னா என்னடி...நீ என் பொண்டாட்டி தான...''

''ஆமா...ஆனா அத இங்க என்கிட்ட இருட்டுல சொல்லி என்ன பிரயோஜனம்... பேசவேண்டிய நேரத்துல எல்லாம் நீங்க அமைதியா தான இருந்தீங்க...''

''அதுக்கு அமைதியா இருக்குறேன்னு அர்த்தம் இல்ல...அவங்க பேசுறது எதுவும் என்னையும் உன்னையும் எதுவும் செய்யாதுனு

அர்த்தம்..."
"அப்டியா அர்த்தம்?"
"நீ புரிஞ்சுக்கல அவ்ளோ தான்...நான் பண்ணினது ரெண்டே தப்பு தான்..முதல் தப்பு குழந்தைய அபார்சன் பண்ணலாம்னு சொன்னது...அது ஆதர்ஷ் மேல உள்ள பாசத்துல...இப்போ பாப்பா பிறக்கலைன்னா தம்பிக்காக ஒரு இடம் வாங்கலாம்னு பாத்தேன்..அதுக்கு தான் காசு சேத்து வச்சிருந்தேன்...அதோட லோன் போட்டுக்கலாம்னு இருந்தேன்...இப்போ பாப்பா பிறந்ததால அவளுக்கு FD போட்டேன்...நான் பண்ணின ரெண்டாவது தப்பு உனக்கு பேமிலி பிளானிங் பண்ணனும்னு உன்கிட்ட கேட்காம அப்பா அம்மாகிட்ட ஓகே சொன்னது...அது நான் பாத்தவரை எல்லார் வீட்லயும் அப்டித்தான் நடக்குதுன்னு நான் ஓகே சொன்னேன்...உனக்கு இஷ்டம் இல்லைனு எனக்கு தெரியாது...மத்தபடி, நீ என்ன வில்லன் ரேஞ்சுக்கு நினைக்குற அளவுக்கு நான் கெட்டவனும் இல்ல...உடம்பு சுகத்துக்கு அலையுறதுக்கு நான் பொறுக்கியும்..." என்று அவன் சொல்லிமுடிப்பதற்குள் அவன் வாயை அவசரமாக மூடினாள்.
அவள் கரத்தை தான் வாயில் இருந்து எடுத்தவன், "அப்டி தான நீ நெனைக்குற..." என்று கேட்க,
"எனக்கு...நான்..."
"விடு காவ்யா...அப்பா அம்மா வயசானவங்க...அவங்க பேசுறது பழகுறது எல்லாம் நமக்கு சில நேரம் கோபம் வரும் தான்...அதுக்காக அவங்கள ஒதுக்க முடியாது...அவங்க சொல்றதுக்கு சரி சொல்றேன்னா அது அவங்க ஆறுதலுக்கு மட்டும் தான்...எனக்கு அதுல இஷ்டம் இருக்குமான்னு திரும்ப நீ யோசிச்சு பார்த்தா உனக்கு உண்மை புரியும்...இப்போகூட நான் தூங்குனதுக்கு அப்புறம் உன்ன ரூமுக்கு அனுப்பணும்னு தான் வேலை வாங்குனாங்க...எனக்கு தெரியாமலா இருக்கேன்..." என்றதும் ஆச்சர்யத்தில் வாயை மூடி அவனைப் பார்த்தாள்.
"அம்மா அப்பா கூட இருந்து அவங்கள பாத்துக்கணும்னு தான் வேலைகூட இங்கேயே தேடிகிட்டேன்... ஆதி மாதிரி எனக்கும் இருக்க ரொம்ப நேரம் ஆகாது...ஆனா எனக்கு கடமை இருக்கு...பொறுப்பு இருக்கு...அவங்க எவ்ளோ நாள் ஆரோக்கியமா இருக்குறாங்களோ அவ்ளோ நாள் எனக்கும் உனக்கும் அவங்க பலம் தான்...அதுக்காக

அவங்க சொல்றது எல்லாம் சரின்னும் கிடையாது...''
''ஹ்ம்ம்..'' என்று அழுதபடி தலையை ஆட்ட,
''என்ன ஹ்ம்ம்??'' என்றான் அவள் தலையை ஆட்டி
''புரிஞ்சது...இனிமே அவங்க கிட்ட பொறுமையா பேசுறேன்...''
என்றாள் காவ்யா.
''நீ பொறுமை தான்...சொல்லப்போனா ரொம்ப பொறுமைசாலி...உன் தங்கச்சி மாதிரி துறுதுறுனு பேசமாட்ட...ஆனா உன்னையே பேச வைக்குறாங்கன்னா உனக்கு எவ்ளோ அழுத்தம்னு எனக்கு புரியுது...ஆனாலும் எனக்காக பொறுத்துக்கோ...சரியா?? எனக்கு அம்மா அப்பா வேணும்..உனக்கும் அத்தை மாமா வேணும்...முக்கியமா நம்ம பசங்களுக்கு தாத்தா பாட்டி வேணும்...'' என்றதில் தெளிந்தவள், இன்னும் தயக்கமாக அவனிடம் மறுபடியும் ஒன்று கேட்டாள்.
''உங்களுக்கு...பாப்பா பிறந்ததுல...நீங்க அவளை வெறுத்துடுவீங்களோன்னு எனக்கு பயம்...'' என்று இழுக்க,
''உண்மையா சொல்லனும்னா கருவை கலைக்கலாம்னு தான் உன்ன கூட்டிட்டு போனேன்...ஆனா ஸ்கேன்ல பாத்ததுக்கு அப்புறம் தடுமாற ஆரம்பிச்சுட்டேன் காவ்யா...அப்போ கஷ்டமா தான் இருந்துச்சு...எதிர்பார்க்காம நடந்தது இல்லையா?? நானும் மனுஷன் தான...வேண்டாம்னு தோணுச்சு...அப்புறம் சமாளிக்கலாம்னு முடிவே பண்ணிட்டேன்...அவளுக்கான என்னோட கடமைல நான் குறை வைக்காம தான் செஞ்சுருக்கேன்....அவ என் பொண்ணுடி....அவ எப்படி எனக்கு சுமையா இருப்பா...பாப்பாக்காக தான் Phd வேலைய துரிதப்படுத்துனேன்....இப்போ இன்னும் சில பேப்பர் ஓர்க் மட்டும் தான் இருக்கு.....அவ வீட்டுக்கு வரும் போது நான் பிரீயா இருக்கணும்னு தோணுச்சு....அதனால தான் நீ மாசமா இருக்கும்போது எனக்கு கொஞ்சம் ஓர்க்லோடு ஜாஸ்தி ஆகிடுச்சு...இப்போ இன்னொரு காலேஜ்க்கு ட்ரை பண்ணிட்டு இருக்குறேன்...அநேகமா அடுத்த செம் ஆரம்பிக்கும்போது காலேஜ் மாறிடுவேன்...சம்பளம் கொஞ்சம் கூட வரும்...''
''உங்களுக்கு தான் பாரம்..என் சம்பளத்தையும் வாங்க மாட்டேங்குறீங்க...''
''உன் சம்பளத்தை அப்டியே வை...பசங்களுக்கு தேவைப்படும்போது நானே வாங்கிப்பேன்...இப்போ எனக்கு வேண்டாம்...''

''நான் தப்பு பண்ணிட்டேனா???இதெல்லாம் முன்னாடியே நீங்க சொல்லிருந்தா நான் இன்னும் கொஞ்சம் கவனமா இருந்துருப்பேன்ல...''
''நான் தான் சொன்னேனேடி ...ஆனா அதுக்கு முன்னாடியே இந்த சின்ன வாண்டு உன் வயித்துக்குள்ள டேரா போட்டு உக்காந்துருச்சே...'' என்று சிரித்தான்.
''சாரிங்க..''
''விடு காவ்யா...பழகிடும்...நான் சராசரியான குடும்பஸ்தன்...அவ்ளோ தான்...முந்தி தம்பி சாக்லேட் கேட்டா ஒரே புள்ளைன்னு பத்து ரூபாய்க்கு டைரி மில்க் வாங்குவேன்...இப்போ கேட்டா ரெண்டு பேருக்கும் வேணும்னு ஐஞ்சு ரூபாய்க்கு இரண்டு மன்ச் வாங்குவேன்...ரெண்டுமே சாக்லேட் தான....என்னால முடிஞ்ச அளவு என் பசங்களுக்கு எது பெஸ்டோ அத கொடுப்பேன்...''
''நானும்...'' என்று அவள் பதில் சொல்ல, ''நீ உன்ன எனக்கு கொடுத்துரு...அது போதும்..'' என்று அவள் மடியில் தலைவைத்து படுக்க,
''பட்டுப்புடவை கசங்குத்துங்க...மாத்திக்கட்டுமா???'' என்றாள்.
''அதுக்கு தான் நான் இருக்கேனே...'' என்று அவளை மொத்தமாக எடுத்துக்கொண்டான். இரண்டாம் குழந்தைக்குப் பின்னான முதல் கூடலில் இருவரும் லயித்திருக்க, கலவியின் முடிவில் ''ஸ்ஸ் ஆஆ...'' என்று துடித்து கீழே இறங்கி படுத்திருந்தான் எழிலன்.
''என்னாச்சுங்க...'' என்று காவ்யா பதற,
''ஸ்.ஸ்ஸ்.ப்ச்...ஒண்ணுமில்ல...'' என்றான் முகத்தை சுளித்து.
''என்ன செய்து??ஒழுங்கா சொல்லுங்க...'' என்றாள் பதறிப்போய்.
''தெர்ல...வலிக்குது...டாக்டர் கிட்ட போலாம் நாளைக்கு...ரொம்ப நாள் ஆச்சுல்ல...''
''இல்லையே..தம்பி பிறந்தப்போக்கூட இவ்ளோ நாள் நம்ம சேராம இருந்தோமே...'' என்று அவள் பயப்பட,
''அதெல்லாம் ஒண்ணுமில்லடி...நாளைக்கு ஹாஸ்பிடல் போலாம்...'' என்று படுத்துக்கொண்டான். அறுவை சிகிச்சை முடிந்து இரண்டு மாதங்களுக்கு மேல் ஆகியிருந்ததும் ஏன் வலிக்கிறது என்று யோசித்தான் எழிலன்.
அடுத்த நாள் திஷா தூங்கும் நேரம் ஆதர்ஷை மட்டும்

கூட்டிக்கொண்டு இருவரும் மருத்துவமனை செல்ல, காவ்யாவிற்கு எதுவும் புரியவில்லை. இப்படி எல்லாம் அவன் இதற்கு முன்பு வலித்ததாக சொல்லவில்லையே என்று பயந்தாள். அவளை வெளியே அமரச்சொல்லிவிட்டு உள்ளே சென்றவன், மருத்துவரிடம் உடலுறவு கொள்ளும்போது வலிப்பதாக சொல்ல,

''இப்போ தான் முதல் தடவை சேர்ந்தீங்களா...'' என்றார். எழிலன் சென்னையில் இருந்து வந்து மதுரையில் இவரிடம் தான் தன்னை பரிசோதித்து கொள்கிறான் என்பதால் அவருக்கு இவனது உடல்நிலை முன்பே தெரிந்திருந்தது.

''ஆமா டாக்டர்...இவ்ளோ நாள் எதுவும் வலி இல்ல...நேத்து தான் கொஞ்சம் வலி...''

''அது முதல் தடவைனால கொஞ்சம் discomfort இருக்கும்...அப்புறம் சரியாகிடும்...பிளட் எதுவும் வந்ததா...இல்ல வீக்கம் எதுவும் இருக்கா?''

''இல்ல டாக்டர்...அதெல்லாம் எதுவும் இல்ல...லைட்டா pain...அதுவும் அப்போ இருந்துச்சு...இப்போ காலைல எதுவும் இல்ல...அதான் செக் பண்ணிக்கலாம்னு வந்தேன்...''

''அதெல்லாம் சரியாகிடும் எழிலன்...பயப்பட வேண்டாம்..'' என்று சொல்ல, இருவரும் கிளம்பினார்கள்.

''என்ன சொன்னாங்க?'' என்று கேட்க

''சரி ஆகிடும்னு சொன்னாங்க...'' என்றான் மொட்டையாக.

''என்கிட்ட ஏதாச்சும் மறைக்குறீங்களா...'' என்று அவள் கேட்க, அவளையே கூர்ந்து பார்த்தவன், ''வீட்டுக்கு போய் பேசலாம்'' என்றான். காவ்யாவிற்கு என்னென்னவோ யோசனை ஓட, மனதிற்குள் வெகுவாய் பயந்துபோனாள்.

வீட்டிற்கு வந்ததும் ஆதர்ஷ்ஷை வளர்மதியிடம் விட்டுவிட்டு வந்து எழிலன் முன் நின்றாள், 'இப்போது நீ சொல்லித்தான் ஆகவேண்டும்' என்பது போல.

அவனது பேப்பர் ஒர்க் பார்க்கலாம் என்று ஆரம்பித்தவன், ஒரு பெருமூச்சுடன் எழுந்து சென்று கதவை லேசாக சாத்திவிட்டு வர, காவ்யா அவனை அதிசயமாக பார்த்தாள்.

''என்ன தெரியணும் உனக்கு?'' என்றான் படுக்கையில் நன்றாக சாய்ந்து அமர்ந்தபடி.

" எனக்கு தெரியாம ஏதோ இருக்கு...அத தான் கேக்குறேன்...உங்க உடம்புக்கு என்ன செய்து?"
"ஒன்னும் ஆகல...வேசெக்டொமி பண்ணிக்கிட்டேன்...அதுக்கு அப்புறம் first டைம் நம்ம சேர்ந்ததால கொஞ்சம் வலி இருந்துச்சு...வேற ஒண்ணுமில்ல...அவ்ளோ தான்..நான் என் வேலைய பாக்கட்டுமா?"
"என்னது???என்ன சொல்றீங்க நீங்க??" என்று அவள் பதற
"இவ்ளோ ஷாக் ஆகுற அளவுக்கு இதுல என்ன இருக்கு காவ்யா?"
"ஏன் இப்டி பண்ணுனீங்க...வீட்ல யார்கிட்டயும் சொல்லாம???"
"சொல்லிருந்தா யாரு விட்ருப்பா???"
"ஐஞ்சு ரூபாய் காண்டம்ல முடிஞ்சுருக்குமே..."
"உன்ன தொடுறதுக்கு உரை போடணுமா...நான் என்ன எவளையோ எங்கயோ போய் தேடுறேனா சுத்தபத்தமா தேடுறதுக்கு...நீ என் பொண்டாட்டி டி...உன்கிட்ட நான் எதுக்கு காண்டம் போடணும்..."
"அதுக்காக..."
"அதனால நம்ம ஊர் பாஷைல குடும்பக்கட்டுப்பாடு பண்ணிட்டேன்..." என்று கண்கள் சிமிட்டி சிரிக்க
"ஏங்க??" என்று அழுதிருந்தாள் காவ்யா.
"நான் இப்போவும் ஆம்பளை தாண்டி...எனக்கு ஒன்னும் ஆகல...நேத்து தான் பாத்தியே..." என்று சிரிக்க
"நான் உங்க அப்பா அம்மாகிட்ட கோபமா பேசுனதால தான் இப்டி பண்ணுனீங்களா? அன்னைக்கு கோபத்துல தான் வேணும்னா உங்க பையனுக்கு ஆபரேஷன் பண்ணுங்கன்னு சொன்னேன்...அதுக்காக நீங்க உண்மையிலேயே இப்டி பண்ணுவீங்கன்னு நினைக்கலங்க...ஏன் இப்டி பண்ணுனீங்க...குழந்தை வேணாம், இதோட போதும்னு நினைக்குறது வேற...நம்மள நாமே மலடாக்குறது வேற இல்லையா?" என்று அவள் கலங்கிவிட,
"ப்ச்..காவ்யா...ரிலாக்ஸ்..." என்று அவளை அணைத்துக் கொண்டவன்,
"இப்போ என்னடி பெருசா நடந்துபோச்சு...குடும்ப கட்டுப்பாடு பண்ணனும்னு தான் மொத்த குடும்பமும் பேசுனாங்க...அத நீ பண்ணினா என்ன நான் பண்ணினா என்ன??மொத்தத்துல நமக்கு இதுக்கு அப்புறம் குழந்தை பிறக்கக்கூடாது...அவ்ளோ தான...நீ பண்ண விருப்பம் இல்லனு சொல்லிட்ட...அதான் நான் ஆபரேஷன்

பண்ணிக்கிட்டேன்..." என்று சொல்ல, கதவைத் திறந்துகொண்டு வளர்மதி வந்துவிட்டார்.
"எழிலா!!!! என்னடா சொன்ன இப்போ???" என்று உச்சகட்ட அதிர்ச்சியில் கேட்டார்.

13

கண்களை மூடி ஆழமாக மூச்சை இழுத்துவிட்டவன், இதற்கு மேல் மறைக்க ஒன்றுமில்லை என்று எண்ணி,
"ஆமா ம்மா...நான் குடும்ப கட்டுப்பாடு பண்ணிக்கிட்டேன்..." என்றான்.
"ஏன்டா இப்டி பண்ணின?? குடும்ப மானத்தையே இப்டி வாங்கிட்டியே...படு பாவி..." என்று அவனை அடிக்க வர, அவரைத் தடுத்தவன்,
"ம்மா நான் இப்போவும் ஆம்பள தான்...ஒரு வேளை உங்களுக்கு இது அவமானமா தோணுச்சுனா நீங்க யார்கிட்டயும் சொல்லாதீங்க...நேத்து வரை எனக்கும் ஆதிக்கும் மட்டும் தான் தெரியும்...இன்னைக்கு உங்களுக்கும் இவளுக்கும் தெரியும்...உங்க மானம் போயிடும்னு நீங்க நினைச்சா, இத யாருக்கும் வெளிய சொல்லி நீங்களே உங்க குடும்ப மானத்தை கப்பல் ஏத்தாதீங்க...இல்ல இதெல்லாம் பெரிய விஷயம் இல்லனு நினைச்சா, தைரியமா திமிரா எல்லார்கிட்டயும் சொல்லுங்க...ஆமா என் பையன் குடும்ப கட்டுப்பாடு பண்ணிகிட்டான்னு...அதுல எந்த அசிங்கமும் இல்ல..முக்கியமா நீங்க நினைக்குற மாதிரி இது அவமானமும் இல்ல..." என்று சொல்ல, வளர்மதி எதுவும் பேசாமல் அதே அதிர்ச்சியோடு தனது அறைக்கு திரும்பிவிட்டார்.
"ஏங்க இப்டி கோபமா பேசுறீங்க...அவங்க.." என்று காவ்யா ஏதோ சொல்ல வர, கரத்தை உயர்த்தியவன்,
"நிறுத்து காவ்யா...இது என்னோட ரூம்...கதவ தட்டிட்டு அவங்க உள்ள வந்துருக்கணும்...அதுவும் போக இது என்னோட பர்சனல்....இத அவங்க தெரிஞ்சுருந்துருக்கக் கூடாது....அப்டியே தெரிஞ்சாலும் கடந்து போயிருக்கணும்...என்கிட்ட கேள்வி கேட்டுருக்கக்கூடாது...அது அவங்க தப்பு..." என்றான் கோபமாக.
"என்கிட்ட நேத்து பொறுத்துப்போன்னு சொல்லிட்டு இன்னைக்கு நீங்க இப்படி பேசிட்டிங்களே.." என்று அவள் அழ

''நான் அமைதியா இருக்குறேன்னு நீ தான வருத்தப்பட்ட....அதான்...'' என்று வலிய வரவழைத்த புன்னகையுடன் அவளைப் பார்க்க,
''அத்தை கிட்ட மன்னிப்பு கேளுங்க...'' என்றாள் மூச்சை ஆழமாக இழுத்து.
''காவ்யா...''
''போங்க...'' என்று அறைக்கு வெளியே கரத்தை நீட்டி காண்பிக்க, எழிலன் ஒரு பெருமூச்சுடன் தனது அன்னையின் அறைக்கு சென்றான்.
''ம்மா...'' என்று அவர் அருகே அமர, அவர் எதுவும் பேசவில்லை. காவ்யா இரண்டு பிள்ளைகளையும் பிடித்துக்கொண்டு அவர்கள் அறையின் வாசலில் நின்றபடி இருவரையும் பார்த்துக்கொண்டிருந்தாள். வளர்மதி அருகே அமர்ந்தவன், அவரது கரத்தை எடுத்து தனது கரத்திற்குள் வைத்துக்கொண்டவன்,
''இப்போ என்ன ஆச்சுன்னு நீங்க இவ்ளோ கோபப்படுறீங்க ம்மா...'' என்றான். அவர் எதுவும் பதில் சொல்லாமல் இருக்க,
''நீங்க ஒரு விஷயத்தை மறந்துட்டீங்க...நானும் அவளும் வேறவேற இல்லம்மா...அவளுக்கு ஒன்னுனா அது என்னத் தாண்டி தான் வரும்....அத நீங்க இதுவரை உணரலையா? இல்ல நாங்க ரெண்டு பேரும் சரியா உணர்த்தலையானு தெரியல...எங்க குடும்பத்துக்கு ரெண்டு குழந்தை போதும்னு எல்லாருமே முடிவு பண்ணிட்டோம் தான...அதனால தான காவ்யாக்கு குடும்பக் கட்டுப்பாடு பண்ணலாம்னு எல்லோருமே பேசுனோம்...அப்போ யாரும் வருத்தப்பட்டதா எனக்கு ஞாபகம் இல்லையே...அவங்க அப்பா அம்மா கூட அமைதியா சரினு தான சொன்னாங்க...''
''...''
''அவ விருப்பப்படலை...அதனால நான் பண்ணிக்கிட்டேன்..இதுல என்ன பிரச்சனை இருக்கு...குழந்தை வேண்டாம்னு தான நம்ம கோல்(goal)...அத யாரு செஞ்சா என்ன??''
''ஆனா ஆம்பள நீ ஏன்பா?'' என்று அவர் இழுக்க,
''இது சாதாரண விஷயம் ம்மா... உங்களால இத ஏன் ஏத்துக்க முடியலைன்னு நான் சொல்லட்டுமா???'' என்று கேட்க, அவனைக் கேள்வியாக பார்த்தனர் காவ்யாவும் வளர்மதியும்.
''நம்ம நாட்டுல ஆம்பளைன்னா எத்தனை கல்யாணம் வேணா

பண்ணலாம்...கணக்கில்லாம பொண்டாட்டி வப்பாட்டினு வச்சுக்கலாம்...நாளைக்கே என் பொண்டாட்டிக்கு ஏதாச்சும் ஆனாக்கூட நான் இன்னொரு கல்யாணம் செஞ்சுக்கலாம்...அந்த கல்யாணத்துலயும் நான் குழந்தைங்க பெத்துக்கலாம்...ஆனா பொண்ணுக்கு அப்டி கிடையாது...ஒருத்தனை கட்டிக்கிட்டா காலம் முழுக்க அவன் கூட தான்...அவன் செத்தாக் கூட அவனை நினைச்சுட்டு அவன் புள்ளைங்களோட வாழ்ந்துட்டு செத்து போயிரணும்...அப்டி தான நம்ம சமூகம் நினைக்குது...நாளைக்கே எனக்கு ஏதாச்சும் ஆனா காவ்யா இன்னொரு கல்யாணம் பண்ணிக்கக்கூடாதா??'' என்று கேட்க,

''ஏங்க...'' என்று காதை மூடியிருந்தாள் காவ்யா. அவளை பேசாதிருக்கும் படி கை உயர்த்தி தடுத்தவன்,

''சொல்லுங்கம்மா...அவளுக்கு ஏதாச்சும் ஆச்சுன்னா எனக்கு நீங்களே பொண்ணு பாப்பீங்கனு தெரியும்...ஆனா அதே சமயம் எனக்கு ஏதாச்சும் ஆனா அவளுக்கு இன்னொரு கல்யாணம் பண்ணுவீங்களா...அவ சின்ன பொண்ணு தான...அவளுக்கு வயசு இருக்கு தான...அவ இன்னொரு கல்யாணம் பண்ணிக்கக்கூடாதா?? இதெல்லாம் பண்ணக்கூடாதுனு மறைமுகமா சொல்றது தான் நீங்க இப்போ பண்றது...ஆம்பளைன்னா எப்போ வேணா புது மாப்பிள்ளையா மாறலாம்...பொண்ணு எல்லா வலியும் தாங்கிட்டு தியாகி வாழ்க்கை வாழனும்...அப்டியா?''

''நான் அப்டி எல்லாம் சொல்லலப்பா....'' என்று அவர் சொல்லத் தொடங்க

''பரவாயில்ல ம்மா...நீங்க எனக்கு பதில் சொல்லி எதையும் நிரூபிக்க வேண்டாம்...ஆனா ஒரு விஷயம் மட்டும் நீங்க தெரிஞ்சுக்கோங்க...என் மனசுல காவ்யா மட்டும் தான் இருக்குறா...இன்னும் சொல்லப்போனா என் மனசுல ஆழமா பதிஞ்சு வேரூன்றி நிக்குறா...சப்போஸ் அவளுக்கு ஏத்தாச்சும் ஆனாக்கூட எனக்கு அவளோட நினைவுகளும் அவ கொடுத்த ரெண்டு குழந்தைகளும் போதும்...என்னோட குடும்பம் இது தான்...இது எனக்கு போதும்...அதனால நான் குடும்பக் கட்டுப்பாடு பண்ணிக்கிட்டேன்...இதுல எனக்கு எந்த தப்பும் தெரியல...முக்கியமா அவமானமாவும் இல்ல...இப்போவும் என்னால ஒரு பொண்ண

சந்தோஷமா வச்சுக்க முடியும்...குழந்தை மட்டும் தான் தர முடியாது...'' என்று நிறுத்தி நிதானமாக சொல்லிமுடித்தான்.

''வெளிய தெரிஞ்சா...''

''இப்டி எல்லாம் நீங்க பயப்படுவீங்கன்னு தெரிஞ்சு தான் நான் சென்னை போய் ஆதி வீட்டுல தங்கி ஆபரேஷன் பண்ணிக்கிட்டேன்...இப்போ வரைக்கும் தீபாக்கு தெரியுமான்னு கூட தெர்ல...ஆனா காவ்யாக்கு நான் இப்போ சொல்லி தான் தெரியும்...இனி நீங்க யார்கிட்டயாச்சும் சொன்னா வெளிய தெரியும்...உங்களுக்கு இத ஏத்துகிறதுக்கு கஷ்டமா இருக்கலாம்...ஆனா எனக்கு அப்டி தோணல...சொல்லப்போனா இது ரொம்ப ஈசி ம்மா...இதுவே காவ்யா பண்ணிருந்தா ஒரு வாரம் ஹாஸ்பிடல்ல படுத்துருப்பா...அதுக்கு அப்புறம் ஆபரேஷன் பண்ணின உடம்புனு பலவீனம் ஆகிருப்பா...ஆனா நான் காலைல ஹாஸ்பிடல் போயிட்டு ஒரு மணி நேரத்துல வீட்டுக்கு வந்துட்டேன்...எனக்கு எந்த வலியும் கஷ்டமும் இல்ல...இன்னைக்கும் ரெகுலர் செக் அப் தான் போனேன்...அதனால பயப்படாதீங்கம்மா...'' என்றான்.

''வலிச்சதா ப்பா...'' என்றார் பரிதவிப்போடு.

''நீங்க என்ன எவ்ளோ கஷ்டப்பட்டு சுமந்துருப்பீங்க...அப்டி தான ஆதியும்...எங்கள நீங்க வயித்துல வச்சுருக்கும் போது பட்ட கஷ்டம் எல்லாமே அவளும் என் ரெண்டு குழந்தைக்கும் பட்டுருக்காம்மா..நான் ஆம்பளைன்னு ஊருக்கே சொல்லாம சொல்றது அவளும் அவ எனக்கு கொடுத்த குழந்தைங்களும் தான்...அவளுக்காக இந்த சின்ன வலியக்கூட நான் தாங்கிக்க மாட்டேனா...பொண்டாட்டிய தாங்குறேன்னு நீங்க நினைக்கலாம்...பொண்டாட்டி பலவீனமானவன்னு அவளைத் தாங்கல...பொண்டாட்டி என்னோட வாழ்க்கைல ரொம்ப முக்கியமானவள்ன்னு அவளைத் தாங்குறேன்...எனக்காக அவளோடது எல்லாத்தையும் விட்டுட்டு வந்து எனக்கு சந்தோசம் கொடுத்து, என் குடும்பத்துக்கு வாரிசு கொடுத்து எனக்காக அவ வாழ்க்கைல இருக்குற சின்ன சின்ன சந்தோஷங்களைக்கூட மனப்பூர்வமா விட்டுக்கொடுத்து என்ன பாத்துகிற ஒரு பொண்ணுக்கு இந்த அளவுல கூட நான் மரியாதை தரலைன்னா நான் என்னம்மா ஆம்பள...''

''என்ன மன்னிச்சுருப்பா...நான் தான் ரொம்ப தப்பு பண்ணிட்டேன் போல...'' என்று அவர் கலங்க,

''இல்லம்மா...அதுவும் உங்க பாசம் தான்...அப்டி தான் சொல்லணும்...என் புள்ள நல்லா இருக்கணும்னு தான் நீங்களும் நினைக்குறீங்க... ஆனா என் புள்ள சந்தோசம் மட்டும் தா முக்கியம்னு நினைக்கும்போது தப்பு பண்ணுறீங்க...''

''புரியலப்பா...''

''புரியுற மாதிரி சொல்லனும்னா...எனக்கும் ஆதிக்கும் வறுத்த மீன் புடிக்கும்னு ஒரு நாள் நீங்க சிலாகிச்சு சொன்னதுல இருந்து காவ்யா வறுத்த மீனே சாப்பிடுறது இல்ல..'' என்று சிரித்தான்.

''அவ குழம்பு மீன் தான் பிடிக்கும்னு சொன்னாளே...'' என்று அவசரமாக காவ்யாவை பார்க்க, ''காட்டிக்கொடுத்துட்டியே பாவி..'' என்று கணவனை முறைத்தவள் வழிந்தாள்.

''இல்லமா...அவளுக்கும் வறுத்த மீன் தான் பிடிக்கும்...நீங்க அப்டி சொன்னதால, அவ தனக்கு வேணாம்னு ஒதுங்கிட்டா...அவ வீட்டுக்கு போனதுக்கு அப்புறம் தான் அவளுக்கும் ரொம்ப பிடிக்கும்னு எனக்கு தெரிஞ்சது...அவகிட்ட ஏன் மாத்தி சொன்னன்னு கேட்டப்போ நீங்க சொன்னதை சொன்னா...இப்போ புரியதா நீங்க பண்ற தப்பு...அவ உங்களோட மகள்னு தானமா சொல்லுவீங்க...அப்போ பாரபட்சம் பாக்காதீங்க மா...நானும் அவளும் ஒன்னு தான்...'' என்றவன்,

''ஒரு பொண்ண குழந்தையா குமரியா மனைவியா சகோதரியா தோழியா அம்மாவா அத்தையா பாட்டியா இப்படி எல்லாமுமா பாக்குறோம்...நம்ம பாக்குற பார்வைல வினயம் இல்லாம கொஞ்சம் *விநயம்* நிறைஞ்சு இருந்தா அதுதான் அவங்களுக்கு நாம செய்ற மிகப்பெரிய உதவி, மரியாதை..''

''புரியலப்பா...வினயம் னா வஞ்சகம்...நீ என்ன சொல்ற...''

''நான் சொல்றது *விநயம்*... விநயம்னா மரியாதையா நடத்துறது...தர்மப்படி நியாயப்படி ஒழுக்கமா இருக்குறது....இங்கிலிஷ்ல நாங்க courtesy னு சொல்லுவோம்...தெரியாதவங்க நமக்கு ஹெல்ப் பண்ணினா தேங்க்ஸ்னு சொல்றது ஒரு *விநயம்*...தெரியாதவங்களுக்கே அப்டி சொல்லும்போது, தெரிஞ்சவங்க செய்ற உதவிக்கு நம்ம அவங்கள வஞ்சிக்கலாமா...காவ்யா எனக்கு செஞ்ச எல்லாத்துக்கும் நான் அவளுக்கு விநயமா இருக்குறது தான் என்ன ஒரு ஆம்பளைன்னு காட்டும்...'' என்று சொன்னவன் அவர் கரத்தை உயர்த்தி தன் நெற்றியின் மேல் வைத்தபடி,

''சாரி ம்மா...என்ன இருந்தாலும் நான் உங்ககிட்ட கோபமா பேசிருக்கக்கூடாது...மன்னிச்சுருங்க...'' என்றான்.
''இல்லப்பா...என் மேல தான் நிறைய தப்பு இருக்கு...வீட்டுக்குள்ளேயே இருந்துட்டேனா...என் குடும்பம் என் புருஷன் என் பிள்ளைங்கன்னு உங்களைத் தவிர எனக்கு வேற உலகம் இல்லாம போச்சு...அதனால சுயநலமாவே என் குடும்பம்னு மட்டும் பாத்துட்டேன்...இனிமே என்ன நானே மாத்திக்க முயற்சி பண்றேன் எழிலா...'' என்று அவர் சொல்ல,
''பரவால்ல விடுங்கம்மா...என்ன மன்னிச்சு ஆசிர்வாதம் பண்ணுங்க...நான் பொண்டாட்டி புள்ளைங்களோட நல்லா தான் இருப்பேன்...'' என்றதும் அவர் புன்னகைக்க,
''என்னமா சிரிக்குறீங்க...நீங்க மன்னிச்சுட்டேன்னு சொல்லலைன்னா அவ என்னய கிட்ட சேக்க மாட்டா....கொஞ்சம் இரக்கம் காட்டுங்கம்மா...'' என்று அவரிடம் கெஞ்ச, கைநீட்டி காவ்யாவை அழைத்தார் வளர்மதி.
காவ்யா தன் பிள்ளைகளுடன் அவரிடம் வர, ''ரெண்டு பேரும் குழந்தைகளோட சந்தோஷமா ஆரோக்கியமா ரொம்ப வருஷத்துக்கு இருங்கடா...'' என்று எழிலனின் குடும்பத்தை ஆசிர்வதித்தார்.

எழிலனின் குடும்பம் இன்னும் பல ஆண்டுகள் சந்தோஷமாக ஒருவருக்கு ஒருவர் விநயமாக வாழ்ந்து சிறக்கட்டும் என்று நாமும் வாழ்த்தி விடைபெறுவோம்.

--முற்றும்

முடிவுரை

வணக்கம் வாசக நட்புக்களே...

விநயம் கதை முடிந்ததில் எனக்கு மிகவும் மகிழ்ச்சி. என்னால் முடிந்தவரை சிறப்பாக கொடுத்துள்ளேன். இந்த கருவை எழுதலாமா வேண்டாமா என்று அநேக குழப்பங்கள் இருந்தும், "*எழுது..*" என்று ஆணித்தரமாக சொல்லிய உள்மனதிற்கும் அதற்குள்ளே இருக்கும் உயிரானவளுக்கும் சமர்ப்பணம்.

நீங்களோ நானோ பார்க்கும் அநேகமான குடும்பங்களில் பெண்ணை மட்டும் தான் குடும்பக்கட்டுப்பாடு செய்யச் சொல்லி இந்த சமூகம் சொல்கிறது. நான் பார்த்தவரையில் ஆண்கள் அதிகபட்சம் ஆணுறை பயன்படுத்துவதோடு சரி. வலி என்றாலே அது பெண்ணை சார்ந்தே தான் இருக்கிறது என்ற ஆதங்கத்தின் வெளிப்பாடு தான் *விநயம்*.

ஒரு பெண் தாயாகி ஒரு குழந்தையை இந்த உலகிற்கு கொண்டுவர அநேக பாடுகள் படுகிறாள் என்றாலும் அதெல்லாம் இயற்கையின் நியதி என்பதால் நம்மால் அதை மாற்ற முடியாது. ஆனால் குடும்பக்கட்டுபாடு என்பது நாமே ஏற்படுத்திக்கொண்டது தானே, அந்த வலியில் இருந்து அவளுக்கு விலக்கு கொடுக்கலாமே என்ற கரிசனம் தான் *விநயம்*. ஆபரேஷன் இல்லாமல் லேப்ரோஸ்கோப்பி மூலம் செய்யும் அளவிற்கு இப்போது மருத்துவம் முன்னேறிவிட்டது என்று மார்தட்டிக்கொள்ளும் அதிபுத்திசாலிகளுக்கு நான் உணர்த்த வேண்டிய விஷயம் - ஆண்கள் இதை ஏற்றுக்கொள்ளக்கூடாது என்று பெண்களிடம் மட்டுமே இதை திணிப்பதாக தான் நான் பார்க்கிறேன்.

2015-16 ஆம் ஆண்டில் NFHS-4 தரவு சேகரிக்கப்பட்டபோது, சத்தீஸ்கரில் நடைமுறையில் உள்ள

குடும்பக் கட்டுப்பாடு முறைகளில் 46.2 சதவிகிதம் பெண்களின் கருத்தடை ஆகும். ஒப்பிடுகையில், ஆண்களின் ஸ்டெரிலைசேஷன் வெறும் 0.7 சதவிகிதம், IUCDகள் 1.6 சதவிகிதம், மாத்திரைகள் 1.7 சதவிகிதம் மற்றும் ஆணுறைகள் 3.9 சதவிகிதம். 2021 ஆம் ஆண்டின் NFHS-4 தரவுகளின்படி, கேரளாவில், அனைத்து குடும்பக் கட்டுப்பாடு நடைமுறைகளிலும் 45.8 சதவீதம் டியூபெக்டோமிகள் ஆகும்; தமிழகத்தில், 49.4 சதவீதம்; மற்றும் உத்தரபிரதேசத்தில் 17.3 சதவீதம். பஞ்சாபில் இந்த எண்ணிக்கை 37.5 சதவீதமாக உள்ளது.

தேசிய குடும்ப சுகாதார கணக்கெடுப்பு 4 தரவுகளின்படி, இந்தியாவில் உள்ள அனைத்து குடும்பக் கட்டுப்பாடு நடைமுறைகளிலும் 35.7% பெண் கருத்தடை ஆகும், அதே சமயம் 0.3% மட்டுமே ஆண் கருத்தடை ஆகும். *ட்யூபெக்டோமி அல்லது பெண் கருத்தடை என்பது மருத்துவத்துறையில் கிடைக்கக்கூடிய அனைத்து கருத்தடை முறைகளிலும் மிகவும் சிக்கலானது.* ஆயினும்கூட, இது இந்தியாவில் பொதுவாகப் பயன்படுத்தப்படும் குடும்பக் கட்டுப்பாடு முறையாகும். ஆணுறைகள், கருப்பையக சாதனங்கள் (IUDகள்), மாத்திரைகள் மற்றும் ஆண் கருத்தடைகளை விட இது மிகவும் முன்னணியில் உள்ளது என்று தரவுகள் சொல்கிறது. இந்த தகவல் 2021 இல் எடுக்கப்பட்டது என்றால் இன்னும் நாம் பின்னோக்கி தான் சிந்தித்துக்கொண்டிருக்கிறோம்.

மேலைநாடுகள் பார்த்து நாம் பெண்களுக்கு எதிரான அநேக மூட வழக்கங்களை ஒழித்திருக்கிறோம், பெண்களுக்காக குரல் கொடுத்திருக்கிறோம் என்று மார்தட்டிக்கொண்டாலும் இன்னும் எங்கோ ஒரு மூலையில், மூளையில், மனதின் ஓரத்தில் நம்மால் ஆண்களுக்கு குடும்பக் கட்டுப்பாடு என்பதை ஏற்றுக்கொள்ள

முடியவில்லை. இன்னும் சொல்லப்போனால், ஒரு ஆண் குடும்பக்கட்டுப்பாடு பண்ணினால் அவனது ஆண்மையையே சந்தேகிக்கும் வழக்கம் தான் நம்மிடம் இருக்கிறது. சமூக ஊடகங்கள் அதில் பொறுப்பாக நடந்துகொள்ளவில்லை என்பது தான் எனது கருத்து. இன்றும் சினிமாக்களில் கூட அப்படிப்பட்ட ஆண்களை வைத்து நகைச்சுவை என்று பெயரில் ஆணாதிக்கத்தைத் தான் பரப்பியுள்ளோம்.

குடும்பக்கட்டுப்பாடே பண்ணத் தேவையில்லை என்ற நிலைப்பாட்டில் இருப்பவர்கள் வேறு. ஆனால் நிச்சயம் குடும்பக்கட்டுப்பாடு பண்ணவேண்டும் என்று நினைக்கும் குடும்பங்கள் இனிமேலாவது அதை பெண்ணின் மேல் திணிக்காமல், ஆணை பொறுப்பெடுக்கச் சொன்னால் நலமாக இருக்கும். தன் குடும்பத்திற்காக எத்தனையோ செய்யும் பெண்ணிற்கு இந்த அளவிலாவது விநயமாக இருக்கலாம் என்பது எனது கருத்து.அந்த கருத்தை வாசர்களிடம் பகிரவே *விநயம்* என்னும் இந்த படைப்பு.

சிலருக்கு கதையில் சில சந்தேகங்கள் இருக்கலாம். அவர்களுக்காக இந்த பகுதி. காவ்யா கர்ப்பமாக இருந்தது எப்படி அவளுக்கு தெரியாமல் போகும், அதுவும் ஐந்து மாதங்கள் வரை தெரியாமல் இருக்குமா என்று சிலர் யோசிக்கலாம். 'லாஜிக்கே இல்லாம இருக்கே' என்று நீங்கள் நினைக்கலாம். அறிவியல்படி, ஒரு பெண்ணுக்கு வாந்தி மயக்கம் மட்டுமே கர்ப்பத்தின் அறிகுறிகள் என்று கிடையாது. அதைத்தவிர நிறைய மாற்றங்கள் இருக்கிறது. வாந்தி எடுத்தால் தான் கர்ப்பம் என்று நம்மை நம்ப வைத்த சினிமாவை பழிக்கிறதா அல்லது வாந்தி எடுக்காமலும் கர்ப்பம் ஆகலாம் என்று சிலருக்கு புரிய வைப்பதா என்று மனதிற்குள் பட்டிமன்றம் தான் நடத்துகிறேன். உண்மையில் எங்கள் வீட்டு பெண்களுக்கும் அப்படி இருந்தது இல்லை. காவ்யா கர்ப்பமாக இருப்பதற்கு

அவள் உடலில் ஏகப்பட்ட மாற்றங்கள் நிகழ்ந்தது என்பதை நான் சில இடங்களில் குறிப்பாக உணர்த்தியிருக்கிறேன்.

உதாரணத்திற்கு குழந்தை சரியாக பால் குடிக்கவில்லை என்று அவள் முதல் பாகத்திலேயே வருந்துவாள்.
கர்ப்பமாக இருக்கும் பெண்களின் தாய்ப்பால் சுவை மாற்றம் கொள்ளும் என்பதால் சில குழந்தைகள் தாய்ப்பால் குடிப்பதை நிறுத்திவிடும். அதை உணர்த்துவதற்கு தான் அப்படி எழுதியிருந்தேன். அதைப்பற்றிய குறிப்புகள் இந்த திரியில் பார்க்கலாம் -
https://www.pregnancybirthbaby.org.au/breastfeeding-while-pregnant

காவ்யா தன் வேலைகளில் கவனக்குறைவாக இருந்து, அலுவலத்திலேயே அழுதிருப்பாள். அதுவும் பிரசவகால மூட் ஸ்விங்ஸ் தான்.
காவ்யாவின் இயல்பை மீறி அவளுக்கு கோபம் அதிகமாக வரும். அதுவும் பிரசவ கால ஹார்மோன்களின் மாற்றங்களால் தான்.
காவ்யாவின் அலுவலக தோழி அவளது உடலில் இருந்த சோர்வு கண்களின் கீழ் இருந்த கருவளையம் எல்லாம் குறிப்பிட்டிருப்பாள். அதுவும் கூட ஒருவகை குறிப்பு தான்.

இதற்கு மேல் கர்ப்பமான பெண்ணிற்கு என்ன குறிப்பு கொடுப்பது என்று எனக்கு புரியவில்லை. அதுவும் போக, குழந்தையின் அசைவுகள் தெரிய ஐந்து மாதங்கள் வரை ஆகும் என்பது மருத்துவரீதியான தகவல். அதைப்பற்றி இன்னும் அதிகமான விவரங்கள் பெற்றுக்கொள்ள கீழே உள்ள திரியைப் பார்க்கலாம்.

https://www.whattoexpect.com/pregnancy/fetal-development/fetal-movement

அடுத்தது வளர்மதி கதாபாத்திரம். உண்மையில் மாமியார் கொடுமை எல்லாம் எனக்கு எழுத வராது. இதுவே முதல்முறை என்றாலும் கதையின் தேவைக்காக மட்டுமே எழுதினேன்.மற்றபடி மாமியார் மருமகள் கொடுமை எல்லாம் மேற்கோள் காட்டுவதற்கு எனக்கு இஷ்டமில்லை. கதைக்கருவின் தேவைக்காக அந்த கதாபாத்திரம் சுயநலமாக சிந்தித்தது அவ்வளவே. அதை மாமியார் வன்கொடுமை என்றும் எடுத்துக்கொள்ளலாம் அல்லது மகனை மருமகளிடம் கூட முழுதாய் விட்டுக்கொடுக்காத அன்பான தாய் என்றும் எடுத்துக்கொள்ளலாம்.

அருண்-நித்யா, ஆதி-தீபா ஜோடிகளுக்கு காட்சிகள் இல்லை என்று வருந்தலாம். ஆனால் அபார்சன் பற்றியும் ஆணுறை உபயோகிப்பது பற்றியும் சொல்ல மட்டுமே எனக்கு அந்த ஜோடிகள் தேவைப்பட்டது. மற்றபடி கதையில் அவர்களுக்கு காட்சிகள் கொடுத்தால் நிச்சயம் கதைக்கருவின் வீரியம் குறைந்துவிடும்.

எழிலன் - கதை முழுக்க புரியாத புதிராகவே பயணப்பட்ட ஒரு ஜீவன். 'இவனெல்லாம் ஒரு ஆம்பளையா' என்று எனக்கு செய்தி அனுப்பிய சில வாசகர்கள் 'எழிலன் ஜென்டில்மேன் ப்ரோ' என்று கடைசி சில பாகங்களில் அனுப்பும்போது சிரித்துவிட்டேன். என்னைப் பொறுத்தவரை, எழிலன் ஒரு சாதாரண சம்சாரி. தன் குடும்பத்தை எல்லா விதத்திலும் நல்லபடியாக பார்த்துக்கொள்ள வேண்டும் என்று முயற்சி செய்யும் ஒரு அக்மார்க் ஆண்பிள்ளை. தாயையும் விட்டுக்கொடுக்க முடியாமல் தாரத்தையும் தேற்ற முயற்சி செய்யும் அப்படிப்பட்ட ஆணை உங்கள் தந்தையின் ரூபத்தில் சகோதரன் ரூபத்தில் அல்லது கணவன் ரூபத்தில் நீங்கள் அருகிலேயே பார்த்திருக்கலாம். என்ன ஒன்று அவர்களை உணர்ந்திருக்கமாட்டர்கள் அவ்வளவே.

பெண் என்பவள் எப்போதுமே பொருளாகவே பார்க்கப்படுகிறாள் என்பதற்கு சிறு உதாரணம் இந்த கதை. நமக்கு எந்த காலத்திலும் எந்த வயதிலும் துணை நிற்பது ஒரு பெண் தான் என்று தெரிந்தாலும் பெண்ணிற்கு அதற்கான மரியாதையை இந்த சமூகம் கொடுத்ததில்லை. பெண் என்றாலே வினயமாக யோசிக்காமல் கொஞ்சம் விநயமாகவும் நடந்துகொள்ள முயற்சிப்போம்.

இதுவரை வாசகர்கள் கொடுத்த அன்பிற்கும் ஆதரவிற்கும் நன்றிகள் பல.இன்னும் ஒரு புதுக்கதையில் புதுவித தகவல்களோடு உங்களை சந்திக்கிறேன்.

அன்புடன்
கார்த்தி சௌந்தர்

www.ingramcontent.com/pod-product-compliance
Lightning Source LLC
LaVergne TN
LVHW060301051026
849517LV00003B/905
* 9 7 9 8 8 8 7 0 4 5 2 5 2 *